ഗ്രീൻ ബുക്സ്

ഇങ്ങനെയും ഒരു സിനിമക്കാലം

അക്ബർ കക്കട്ടിൽ

കഥാകൃത്ത്, നോവലിസ്റ്റ്, അദ്ധ്യാപകൻ. 1954 ജൂലൈ 7ന് കോഴിക്കോട് ജില്ലയിലെ കക്കട്ടിൽ ഗ്രാമത്തിൽ ജനിച്ചു. ഇംഗ്ലീഷ് സാഹിത്യം, എഡ്യുക്കേഷൻ എന്നിവയിൽ ബിരുദങ്ങളും മലയാള സാഹിത്യത്തിൽ ബിരുദാനന്തരബിരുദവും. ഇപ്പോൾ വട്ടോളി നാഷണൽ ഹയർസെക്കന്ററി സ്കൂളിൽ മലയാളം അദ്ധ്യാപകൻ. സാഹിത്യത്തിന്റെ വിവിധ ശാഖകളിലായി മുപ്പത്തിയൊമ്പത് കൃതികൾ പ്രസിദ്ധീകരിച്ചു.

അവാർഡുകൾ: അങ്കണം സാഹിത്യ അവാർഡ്, എസ്.കെ. പൊറ്റെക്കാട്ട് അവാർഡ്, കേരള സാഹിത്യ അക്കാദമി അവാർഡ് (രണ്ടുതവണ) സി.എച്ച്. മുഹമ്മദ്കോയ മെമ്മോറിയിൽ അവാർഡ്, ജോസഫ് മുണ്ടശ്ശേരി അവാർഡ്, അബുദാബി ശക്തി അവാർഡ്, സംസ്ഥാന ടെലിവിഷൻ അവാർഡ്, വി.സാംബശിവൻ പുരസ്കാരം, ടി.വി.കൊച്ചുബാവ അവാർഡ്. സാഹിത്യത്തിൽ ഇന്ത്യാഗവണ്മെന്റിന്റെ ഫെല്ലോഷിപ്പും ലഭിച്ചിട്ടുണ്ട്.

കേന്ദ്രസാഹിത്യ അക്കാദമി മലയാളം അഡ്വൈസറി ബോർഡ്, കേരളസാഹിത്യ അക്കാദമി എന്നിവയിൽ അംഗത്വം. ഇന്ത്യാഗവണ്മെന്റിന്റെ സൗത്ത് സോൺ കൾച്ചറൽ സെന്റർ, സംസ്ഥാന ബാലസാഹിത്യ ഇൻസ്റ്റിറ്റ്യൂട്ട് എന്നിവയുടെ ഭരണ സമിതികളിലും സംസ്ഥാന ഫിലിം-ടെലിവിഷൻ ജൂറികൾ തുടങ്ങി വിവിധ സമിതികളിലും അംഗമായിരുന്നു.

ഭാര്യ: വി. ജമീല, മക്കൾ: സിതാര, സുഹാന.

വിലാസം: കക്കട്ടിൽ പി.ഒ., കോഴിക്കോട് ജില്ല - 673507

ഇങ്ങനെയും ഒരു സിനിമക്കാലം

അക്ബർ കക്കട്ടിൽ

ഗ്രീൻ ബുക്സ്

green books private limited
little road, ayyanthole, thrissur- 680 003
ph: 0487-2361038
website: www.greenbooksindia.com
e-mail: info@greenbooksindia.com

(malayalam)
enganeyum oru cinemakkalam
(cinema)
by
akbar kakkattil

first published dec 2009
reprinted jan 2013

illustration & caricature : madanan
cover design : rajesh chalode

branches:
thrissur 0487-2422515
palakkad 0491-2546162
kannur 0497-2763038

isbn : 978-81-8423-170-0

GBPL/315/2010/X002

മുഖക്കുറി

മലയാളത്തിലെ ചലച്ചിത്രശാഖ ഇന്നെത്തിനില്ക്കുന്ന ഔന്നത്യത്തിനു പിന്നിൽ നിരവധി ചലച്ചിത്രകലാകാരന്മാരുടെയും സാങ്കേതിക വിദഗ്ദ്ധരുടെയും സംഭാവനകളുണ്ട്. ഇവരിൽ പലരും കാലത്തിന്റെ തിരശ്ശീലയ്ക്കു പിന്നിൽ മറഞ്ഞുകഴിഞ്ഞു. ഈ കലാകാരന്മാർ മലയാളചലച്ചിത്ര ശാഖയ്ക്കു നല്കിയ സംഭാവനകൾ വേണ്ടവിധം രേഖപ്പെടുത്തിയിട്ടില്ല. അതുകൊണ്ടുതന്നെ അവരുടെ സംഭാവനകളും അവരോടൊപ്പം ചരിത്രത്തിന്റെ വിസ്മൃതിയിൽപ്പെട്ടു.

'ഇങ്ങനെയുമൊരു സിനിമക്കാലം' പ്രസക്തമാകുന്നത് ഇവിടെയാണ്. ചലച്ചിത്ര നിർമ്മാണത്തിലെ പാടവം കൊണ്ടും അഭിനയത്തിലെ മികവുകൊണ്ടും ചലച്ചിത്രാസ്വാദകരുടെ ഹൃദയത്തിലിടം നേടിയ ഏതാനും കലാകാരന്മാരുടെ അനുഭവാവിഷ്കാരത്തിലൂടെ ഒരു കാലഘട്ടത്തിന്റെ ചിത്രമാണ് അക്ബർ കക്കട്ടിൽ ഈ കൃതിയിൽ കാഴ്ചവച്ചിട്ടുള്ളത്. മലയാള സിനിമയുടെ വസന്തകാലമെന്നു വിശേഷിപ്പിക്കാവുന്ന അറുപതുകളിലും എഴുപതുകളിലും മലയാളത്തിന്റെ വെള്ളിത്തിരകളെ ധന്യമാക്കിയവരാണ് ആ കലാകാരന്മാർ. ചലച്ചിത്ര രംഗത്തെ അവരുടെ രസകരമായ അനുഭവങ്ങൾ, അറിയാക്കഥകൾ, ലാഭചേതങ്ങൾ എന്നിവ ഈ കൃതിയുടെ ഒന്നാം ഭാഗം അനാവരണം ചെയ്യുന്നു. മലയാള സിനിമയിൽ നമ്മെ ചിരിപ്പിക്കുകയും ചിന്തിപ്പിക്കുകയും ചെയ്ത നിരവധി കഥാപാത്രങ്ങളെ സമ്മാനിച്ച നാലു പ്രമുഖരുടെ ചിരിയുടെ രഹസ്യം രണ്ടാംഭാഗം വെളിപ്പെടുത്തുന്നു. എഴുപതുകൾ തൊട്ട് ഫിലിം സൊസൈറ്റി പ്രസ്ഥാനങ്ങളും സിനിമാരംഗത്തെ പ്രശസ്ത വ്യക്തിത്വങ്ങളുമായി ആത്മബന്ധം പുലർത്തിവരുന്ന അക്ബർ കക്കട്ടിൽ എത്രയോ കാലത്തെ അന്വേഷണങ്ങൾക്കും നിരീക്ഷണങ്ങൾക്കും കൂടിക്കാഴ്ചകൾക്കും ശേഷം രൂപപ്പെടുത്തിയതാണ് ഈ കൃതി. മലയാളത്തിലെ ചലച്ചിത്ര കലാകാരന്മാരുടെ വിശേഷിച്ച് അഭിനേതാക്കളുടെ സ്വത്വം തേടുന്നവർക്ക് ഈ കൃതി ഒരു വഴികാട്ടിയാവും.

കൃഷ്ണദാസ്
മാനേജിങ് എഡിറ്റർ

മലയാള മനോരമയുടെ രണ്ട് വാർഷികപ്പതിപ്പുകളിൽ പ്രസിദ്ധീകരിച്ച രചനകൾ രണ്ടു ഭാഗങ്ങളായി പുനഃസംവിധാനം ചെയ്ത് അവതരിപ്പിക്കുന്നതാണ് ഈ പുസ്തകം.

അടൂരിന്റെ ജീവിതത്തെയും കലയെയും ആധാരമാക്കിയുള്ള 'വരൂ അടൂരിലേക്കു പോകാം' ആണ് ചലച്ചിത്ര സംബന്ധിയായ എന്റെ ആദ്യ പുസ്തകം. അതിന് നല്ല സ്വീകരണമാണ് വായനക്കാരിൽനിന്നു ലഭിച്ചത്. തുടർന്ന് അത് തമിഴിലേക്കും വിവർത്തനം ചെയ്യപ്പെട്ടു. വായനക്കാരുടെ പിന്തുണ നല്കിയ ആത്മവിശ്വാസം മാത്രമാണ് ഈ ചലച്ചിത്രഗ്രന്ഥത്തിനുള്ള പ്രചോദനം.

നന്ദി - ഈ രചനകൾക്ക് പ്രേരണ നല്കിയ മണർകാട് മാത്യുസാറിന്, പല നിലകളിൽ സഹകരിച്ച മനോജ് മാത്യുവിന്, പ്രമേഷ്കുമാറിന്, മോഹൻലാലിന്, മറ്റു മനോരമ സുഹൃത്തുക്കൾക്ക്, പിന്നെ ശത്രുഘ്നന്, എം. ജയരാജിന്, ഖാലിദിന്, ഷീലയ്ക്ക്, ചെന്നൈയിലെ കരുണന്... ഒപ്പം പ്രേംചന്ദിനും മദനനും ഗ്രീൻ ബുക്സിനും.

സ്ക്രിപ്റ്റ്

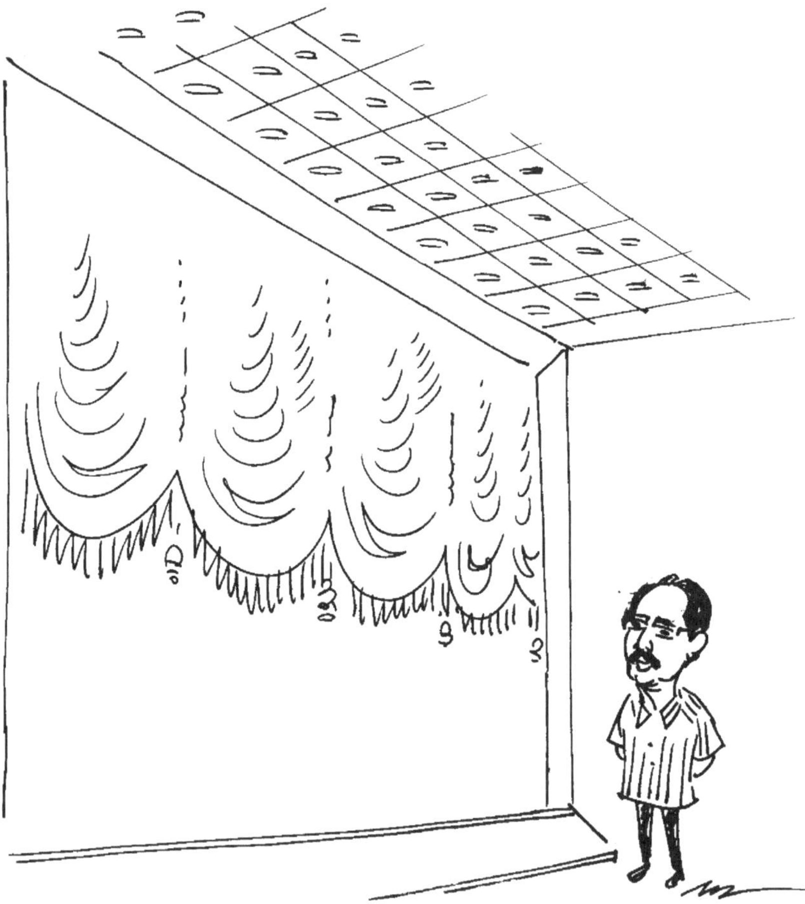

വെള്ളിത്തിര പൊക്കിനോക്കുന്ന കുട്ടി

പ്രേംചന്ദ്

തിരമാലകൾ കണ്ട് വിസ്മയിക്കാത്ത കുട്ടികളുണ്ടാകില്ല. ഒരിക്കലും നിലയ്ക്കാത്ത തിരമാലകൾക്കടിയിൽ ഉറങ്ങിക്കിടക്കുന്ന അത്ഭുതങ്ങൾ കാണാൻ കടലിന്റെ തൊലിയൊന്നു പൊക്കിനോക്കാൻ കൊതിക്കാത്തവരായി ആരാണുള്ളത്? സാൽവഡോർ ദാലിയുടെ ലോകപ്രശസ്തമായ 'കടൽ-നിഴൽ-നായ' എന്ന പെയിന്റിങ് ഈ തൃഷ്ണയുടെ ഉജ്ജ്വലമായ സാക്ഷ്യമാണ്. നഗ്നനായി കടൽത്തീരത്ത് ഒറ്റയ്ക്കെത്തിയ കുട്ടി ഒറ്റക്കൈകൊണ്ട് നിശ്ചലമായ കടലിന്റെ തൊലി പൊന്തിച്ച് അതിനടിയിൽ ശാന്തമായി കിടന്നുറങ്ങുന്ന നായയെ നോക്കിനില്ക്കുന്ന ദൃശ്യമാണ് ദാലി ആ പെയിന്റിങ്ങിൽ ആവിഷ്കരിക്കുന്നത്.

തിരമാലകൾ പോലെ കുട്ടികളെ കൊതിപ്പിക്കുന്ന മറ്റൊരു വിസ്മയമാണ് വെള്ളിത്തിര. താരാപഥത്തിൽ നീന്തിത്തുടിക്കുന്ന കഥാപാത്രങ്ങൾ നല്കുന്ന വിസ്മയക്കാഴ്ചകൾ കാണാൻ വെള്ളിത്തിരയിൽ കണ്ണുംനട്ട് കാത്തിരുന്നു മുതിർന്ന ഒരു കുട്ടിക്കാലം മലയാളികൾക്കുണ്ട്. കക്കട്ടിൽ അവരിലൊരാളാണ്. വെള്ളിയാഴ്ച റിലീസ് ചെയ്യുന്ന സിനിമ ഏതെന്നറിയാൻ മനസ്സുപിടച്ച് കാത്തിരുന്ന വ്യാഴാഴ്ചകൾ സ്വന്തമായുള്ള ബാല്യകാലത്തിന്റെ ഉടമ. ആ കാലത്ത് തന്നെ വിസ്മയിപ്പിച്ച കഥാപാത്രങ്ങളുടെ ലോകത്തേക്കു നേരിട്ടിറങ്ങി വരികയാണ് മുതിർന്ന കക്കട്ടിൽ 'ഇങ്ങനെയും ഒരു സിനിമക്കാല'ത്തിൽ. വെള്ളിത്തിര പൊക്കിനോക്കുന്ന ആ പഴയ കുട്ടി തന്നെയാണ് കക്കട്ടിൽ ഇവിടെ. ആരാധനയും വിസ്മയങ്ങളും എല്ലാം ഹൃദയത്തിൽ സൂക്ഷിച്ചുകൊണ്ടാണ് കക്കട്ടിൽ ഈ കാലത്തേയ്ക്ക് മടക്കയാത്ര നടത്തുന്നത്. അത്ഭുതലോകത്തിലൂടെ ആലീസ് നടത്തുന്ന യാത്രപോലെ മനോഹരമായ ഒന്നാണിത്.

മലയാള സിനിമയിലെ ഒട്ടേറെ കുലപതികളെ ഈ യാത്രയിൽ നമുക്ക് കണ്ടുമുട്ടാനാകും. എല്ലാം ഒരു കക്കട്ടിൽക്കാഴ്ച പോലെ നർമ്മമധുരം, ഗ്രാമീണം.

എല്ലാ കാഴ്ചയും ഒരു കാഴ്ച മാത്രമാണ്. അതിൽ എല്ലാവരും ഉണ്ടായിക്കൊള്ളണമെന്നില്ല. എല്ലാ തിരഞ്ഞെടുപ്പുകളും ഒരു തിര ഞ്ഞെടുപ്പ് മാത്രമാകുന്നതു പോലെ. ടി.ഇ. വാസുദേവൻ, നവോ ദയ അപ്പച്ചൻ, ജോസ് പ്രകാശ്, ശോഭന പരമേശ്വരൻനായർ, എ.വിൻസന്റ്, കെ.എസ്. സേതുമാധവൻ, എം.കെ. അർജ്ജുനൻ, ഒപ്പം കവിയൂർ പൊന്നമ്മയും. ഇവരാണ് ആദ്യഭാഗത്ത് കക്കട്ടിൽ കണ്ടു മുട്ടുന്നവർ. ശ്രീനിവാസൻ, ജഗദീഷ്, മാമുക്കോയ, ഒപ്പം ഫിലോമി നയും. ഇവരാണ് രണ്ടാം ഭാഗത്തെ വിസ്മയങ്ങൾ.

എന്തുകൊണ്ട് ഇവർ എന്നത് പ്രസക്തമായ ചോദ്യമാണ്. കാരണം ഓരോ തെരഞ്ഞെടുപ്പിലും ഓരോ കാഴ്ചയിലും ഒഴിവാക്ക പ്പെടുന്നവരുടെ ഒരു നിര പുറത്തു കാണും. എഴുത്തുകാരന്റെ വ്യക്തി പരമായ ഇഷ്ടാനിഷ്ടങ്ങളാണ് ഇത്തരം സന്ദർഭങ്ങളിൽ മുൻഗണ നാക്രമങ്ങൾ നിശ്ചയിക്കുന്നത്. കക്കട്ടിലിനെ വിസ്മയിപ്പിച്ച, അദ്ദേഹ ത്തിന്റെ ഹൃദയത്തോട് അടുത്തു നില്ക്കുന്ന വ്യക്തികൾക്കാണ് അദ്ദേഹത്തിന്റെ തെരഞ്ഞെടുപ്പിൽ, കാഴ്ചയിൽ ഇടമുണ്ടാകുന്നത്. ആദ്യത്തെ ഏഴു പേരെ തെരഞ്ഞെടുക്കുന്നതിൽ 90 വയസ്സിനും 72 വയസ്സിനും ഇടയിൽ പ്രായമുള്ളവർ (അത് എഴുപതായാൽ ലിസ്റ്റ് മാറിപ്പോകും) എന്ന പരിഗണനയാണ് കക്കട്ടിലിനുണ്ടായിരുന്നത്. എന്നാൽ അതിൽ എന്തുകൊണ്ട് പഴയ വടക്കൻപാട്ടുകളുടെ ഇതിഹാസ തിരക്കഥാകൃത്ത് ശാരംഗപാണി ഉൾപ്പെട്ടില്ല എന്നു വായ നക്കാർക്കു തോന്നാം. അതുപോലെ തലമുതിർന്ന അഭിനേത്രി ആറന്മുള പൊന്നമ്മയ്ക്കു പകരം 62കാരിയായ കവിയൂർ പൊന്നമ്മ എങ്ങനെ ഈ പരിഗണനയിൽ വന്നു എന്നും തോന്നാം. അതു പോലെ രണ്ടാം ഭാഗത്തിൽ ശ്രീനിവാസൻ, ജഗദീഷ്, മാമുക്കോയ എന്നിവർക്കൊപ്പം ഫിലോമിന എങ്ങനെ കടന്നുവന്നു എന്നും വിസ്മയിക്കാം. ഇവിടെയാണ് മനസ്സിന്റെ ഇഷ്ടങ്ങളുടെ കളി സുപ്ര ധാനമാകുന്നത്. സ്വന്തം മനസ്സിന് പിടിച്ചവരെയാണ് കക്കട്ടിൽ സ്വന്തം വെള്ളിത്തിരയുടെ ഹൃദയം പൊക്കി നോക്കുമ്പോൾ കാണു ന്നത് എന്നു മാത്രമേ പറയാനാവൂ. അതു യാദൃച്ഛികമല്ല. അതാണ് കക്കട്ടിൽ കാഴ്ചകളുടെ ആത്മകഥ.

കൃത്യമായ ജീവിതരേഖയോ സ്ഥിതിവിവരക്കണക്കുകളോ അല്ല കക്കട്ടിൽ ശേഖരിക്കുന്നത്. ഇതൊരു അഭിമുഖമോ മുഖാമുഖം

പോലുമോ അല്ല. ചരിത്രമല്ല കക്കട്ടിലിന്റെ വിഷയം. എന്നാൽ കൊച്ചു കൊച്ചു അനുഭവങ്ങളിലൂടെയും സ്മരണകളിലൂടെയും ഉരുത്തിരിയുന്ന പൊയ്പ്പോയ കാലത്തെ പുനർനിർമ്മിക്കുകയെന്ന മനോഹരമായ ദൗത്യമാണ് എഴുത്തുകാരൻ നിർവ്വഹിക്കുന്നത്. 'ഇങ്ങനെയും ഒരു സിനിമക്കാലം' ഡോക്യുമെന്ററിയാകാതെ ഒരു ഡോക്യുഫിക്ഷനായി മാറുന്നതിന്റെ രഹസ്യം ഇതാണ്. കക്കട്ടിലിന്റെ കഥാലോകത്തിന്റെ തുടർച്ച തന്നെയാണിതും.

കോഴിക്കോട്ടെ ഒരു ഉൾനാടൻ ഗ്രാമമായ കക്കട്ടിലിൽ നിന്നും കോഴിക്കോട് നഗരമധ്യത്തിലെ പുഷ്പ തിയറ്ററിൽ കൊണ്ടുപോയി 'കുട്ടിക്കുപ്പായം' കാട്ടിക്കൊടുത്ത അളിയൻ പോക്കർക്കയാകാൻ കൊതിച്ചിരുന്ന കുട്ടിക്കാലം പിന്നിട്ടാണ് കക്കട്ടിൽ വളർന്നത്. സിനിമയുടെ പിന്നാമ്പുറങ്ങളിലേക്ക് വെള്ളിത്തിര പൊക്കി നോക്കാൻ കക്കട്ടിലിനു കരുത്തു പകർന്നത് കഥയെഴുത്തിന്റെ ശക്തിയാണ്. സ്വന്തം കഥാലോകമാണ് കക്കട്ടിലിനെ സിനിമയുമായി ബന്ധിപ്പിക്കുന്ന കണ്ണി. കുലപതി ടി.ഇ.വാസുദേവൻ മുതൽ ശ്രീനിവാസൻ വരെയുള്ള ചലച്ചിത്രരംഗത്തെ പ്രമുഖർക്കു മുന്നിൽ തലകുനിക്കാതെ നില്ക്കാനുള്ള മേൽവിലാസം കക്കട്ടിലിന് നല്കിയതും കഥയാണ്. ചലച്ചിത്രം പ്രസരിപ്പിക്കുന്ന താരജീവിതങ്ങളെ കഥയുടെ കണ്ണുകൊണ്ട് അളന്നെടുക്കുകയാണ് 'ഇങ്ങനെയൊരു സിനിമക്കാല'ത്തെ സൃഷ്ടിക്കുന്നതിലൂടെ കക്കട്ടിൽ ചെയ്യുന്നത്. ഹൃദയസ്പർശിയായ മനുഷ്യബന്ധങ്ങൾ ഇവിടെ ഉണ്ടായിരുന്ന ഒരു കാലത്തെയാണ് അത് ഓർമ്മപ്പെടുത്തുന്നത്. മനുഷ്യപ്പറ്റില്ലാത്തതെന്ന് പരക്കെ വിമർശിക്കപ്പെടുന്ന ഇന്നത്തെ മാറിപ്പോയ ചലച്ചിത്രകാലത്തിന്റെ മുന്നിൽ കക്കട്ടിലിന്റെ ഈ ഓർമ്മപ്പെടുത്തലിന് ദൂരവ്യാപകമായ പ്രസക്തിയുണ്ട്. അതിൽ തിരിഞ്ഞുനോക്കുവാനുള്ള ആഹ്വാനവും അഴിച്ചുപണിയുവാനുള്ള നിർദ്ദേശവും അടങ്ങിയിരിക്കുന്നു. വെള്ളിത്തിര പൊക്കി നോക്കുന്ന കുട്ടി കണ്ടെടുക്കുന്ന കാഴ്ചകൾക്ക് ഇരുതലമൂർച്ചയുണ്ടെന്ന് അർത്ഥം. ഈ വായന ആഹ്ലാദകരമാണ്.

■

സീക്വൻസ് ഒന്ന്

ഗതകാല സിനിമയിലെ വർണ്ണപ്പൊട്ടുകൾ

കഴിഞ്ഞ നൂറ്റാണ്ടിന്റെ അറുപതുകളും എഴുപതുകളും മലയാള സിനിമയുടെ വസന്തകാലം. തമിഴിന്റെ പിടിവിട്ട് മലയാള മണ്ണിന്റെ മണവും നാടിന്റെ സംസ്കാരവും തുടിച്ചുനിന്ന ഒട്ടേറെ ചിത്രങ്ങളുടെ കാലം. സ്വന്തം സിനിമയെന്ന അഹങ്കാരത്തോടെ മലയാളി പ്രേക്ഷകർ ആ കലാമാധ്യമത്തെ വാരിപ്പുണർന്ന കാലം. അക്കാലത്തിന്റെ അനുഭവങ്ങൾ, അദ്ഭുതങ്ങൾ, ആവേശത്തുടിപ്പുകൾ അറിയാനും ആസ്വദിക്കാനും കൗതുകം.

നിർമിച്ചും വിതരണം ചെയ്തും സംവിധാനം ചെയ്തും സംഗീതം നല്കിയും അഭിനയിച്ചും ക്യാമറയിൽ പകർത്തിയും മലയാള സിനിമയെ ധന്യമാക്കിയ എത്ര സഹൃദയർ, കലാകാരന്മാർ!

അവരിൽനിന്നു പ്രാതിനിധ്യ സ്വഭാവത്തിൽ തെരഞ്ഞെടുക്കപ്പെട്ട എട്ടു പേരിൽനിന്ന് മലയാള സിനിമയുടെ പുഷ്പിതകാലത്തെ രസകരമായ അനുഭവങ്ങൾ - ചരിത്രത്തിൽ കുറിച്ചു വയ്ക്കേണ്ട കഥകൾ... ഒരു കാലഘട്ടത്തിലെ മലയാളസിനിമയുടെ കിതപ്പും കുതിപ്പും... പോയകാല സിനിമയിലെ കാണാക്കഥകൾ...

ഒന്ന്

ഇങ്ങനെയും ഒരു സിനിമക്കാലം

വെള്ളിയാഴ്ച തുടങ്ങുന്ന സിനിമ ഏതെന്നറിയാൻ മനസ്സു പിടിച്ചിരുന്ന വ്യാഴാഴ്ചകൾ കുട്ടിക്കാലത്തിന്റെ ഒരു ഭാഗമായിരുന്നു. നിങ്ങൾക്കുമുണ്ടാകും അങ്ങനെയൊരു കാലം.

കക്കട്ടിൽ ലീലാടാക്കീസിന്റെ പ്രചാരണബോർഡ് വച്ചിരുന്നത് അളിയൻ (പെങ്ങളുടെ ഭർത്താവ്) പോക്കർക്കയുടെ കടയുടെ മുമ്പിലാണ്. അതുകൊണ്ട് പോക്കർക്കയ്ക്ക് സിനിമ ഫ്രീയായി കാണാം. ജീവിക്കുന്നെങ്കിൽ സിനിമ കാണുന്ന പോക്കർക്കയായി ജീവിക്കണം എന്നാഗ്രഹിച്ച കാലം. കോഴിക്കോട്ട് പുഷ്പാതിയേറ്ററിൽ കൊണ്ടുപോയി പോക്കർക്ക 'കുട്ടിക്കുപ്പായം' കാണിച്ചുതന്നതോടെ 'ഒന്നു പോക്കർക്കയായാൽ മതിയായിരുന്നു' എന്ന ആശ ഇരട്ടിക്കുകയായിരുന്നു.

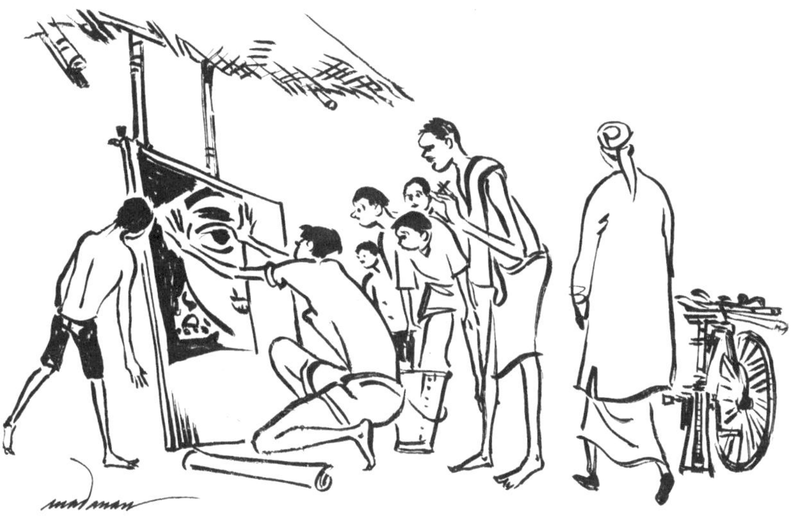

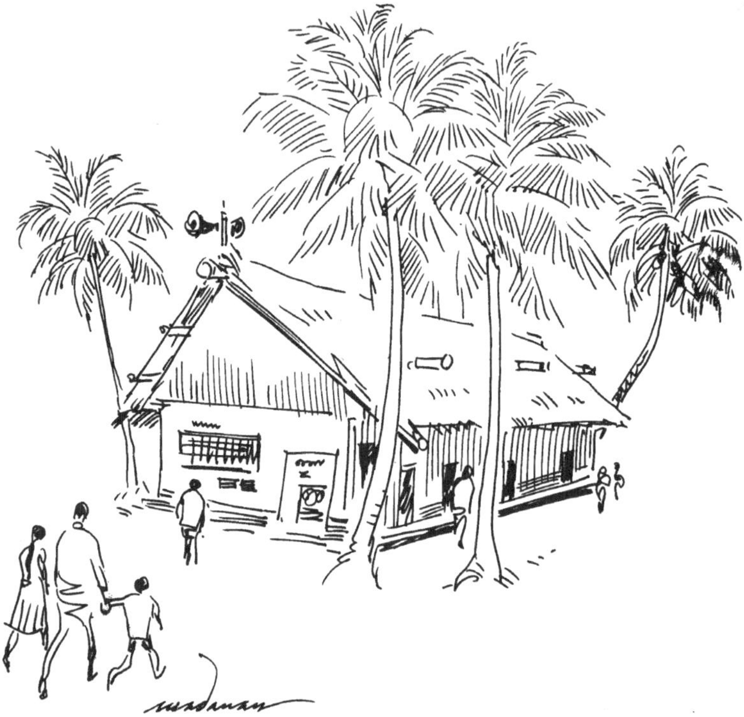

വെള്ളിയാഴ്ചത്തെ സിനിമ എന്തെന്നറിയാൻ, പോസ്റ്ററൊട്ടിക്കുന്ന രാജൻ പോക്കർക്കയുടെ കടയുടെ മുമ്പിലെത്തുന്നതും കാത്ത് എനിക്കൊരു നില്പുണ്ട്. ഒരു കൈയിൽ നാലുഷീറ്റുള്ള പോസ്റ്ററും മറു കൈയിൽ മൈദപ്പശ കലക്കിയ ബക്കറ്റുമായിട്ടാവും രാജന്റെ വരവ്. ചുറ്റിലും ആളുണ്ടാവും – എന്നെപ്പോലെത്തന്നെ ധൃതിയിലുള്ള ഹൃദയമിടിപ്പോടെ. നായികാനായകന്മാരിലൊരാളുടെയെങ്കിലും കണ്ണോ, മൂക്കുവരെയുള്ള ഭാഗമോ ആവും ആദ്യം ഒട്ടിക്കുക. അപ്പോഴേക്ക് ആളെ തിരിച്ചറിഞ്ഞ് ഞങ്ങൾ ആരവമുണ്ടാക്കും. പ്രേംനസീർ, ഷീല.... അങ്ങനെ. സിനിമയുടെ പേരിന്റെ ഒരു കഷ്ണവും അതിലുണ്ടാകും. ബാക്കിയറിയാനുള്ള നെഞ്ചിടിപ്പ് ഇപ്പോഴും അനുഭവമാകുന്നു. ചിലപ്പോൾ രാജൻ ഒരു ഷീറ്റ് ഒട്ടിച്ച് ബീഡിവലിച്ച് ഒരു സുഖിക്കലുണ്ട്. 'സിനിമ ഏതെന്ന് അത്ര പെട്ടെന്നങ്ങറിയണ്ടെടാ' എന്ന മട്ടിൽ കൊതിപ്പിച്ചുകൊണ്ടുള്ള ഒരു നില്പ്. രാജന്റെ ഗമ പോലൊരു ഗമ പില്ക്കാലത്തൊന്നും ആരിലും കണ്ടിട്ടില്ല. കൊന്നാലും രാജൻ സിനിമയുടെ പേര് പറഞ്ഞുതരില്ല.

സിനിമയെക്കുറിച്ചുള്ള സങ്കല്പങ്ങൾ ഉരുത്തിരിഞ്ഞുവരുന്നതിനു മുമ്പുള്ള ഒരു കാലമാണത്. സ്ക്രീനിൽ കാണുന്ന നടീനടന്മാർക്കപ്പുറം സിനിമയുടെ പിന്നാമ്പുറങ്ങളൊന്നും അന്നറിയാമായിരുന്നില്ല. ഇന്ന് മനസ്സിലാവുന്നു: മലയാളസിനിമയുടെ ഭൗതിക പരിതഃസ്ഥിതികൾ വികസിച്ചുകൊണ്ടിരുന്ന ഒരു ഘട്ടമാണത്. അക്കാലം സിനിമാചരിത്രത്തിന്റെ ഒരു ഭാഗമാണ് – അതവഗണിച്ചുകൊണ്ട് ആർക്കും കടന്നുപോകാനാവില്ല.

ആ കാലയളവിൽ സിനിമയുടെ പിന്നാമ്പുറത്തും മുന്നാമ്പുറത്തും പ്രവർത്തിച്ച എട്ടു പേരുമായി ഇവിടെ നമുക്കൊന്നിടപെടാം. ടി.ഇ. വാസുദേവൻ, നവോദയ അപ്പച്ചൻ, ജോസ്പ്രകാശ്, ശോഭനാപരമേശ്വരൻനായർ, എ. വിൻസെന്റ്, കെ.എസ്. സേതുമാധവൻ, എം.കെ. അർജ്ജുനൻ എന്നിവരാണ് ഏഴുപേർ – 90 വയസ്സിനും 72 വയസ്സിനും ഇടയിലുള്ളവർ. പിന്നെ, കവിയൂർ പൊന്നമ്മ. ഇവരെല്ലാവരുമായും സഹകരിച്ചു പ്രവർത്തിക്കാൻ ഭാഗ്യമുണ്ടായ 62കാരിയായ കുടുംബിനി. ഈ എട്ടുപേരിൽ നിന്നും പഴയൊരു കാലഘട്ടത്തിന്റെ ചില തുണ്ടുകൾ നമുക്ക് കിട്ടുന്നു. സിനിമയിലെ ഈ പറയാത്ത കഥകൾ കൂട്ടിവെച്ച് വരികൾക്കിടയിലൂടെ വായിക്കുമ്പോൾ അന്നത്തെ പല പ്രവണതകളിലേക്കും അവ വിരൽ ചൂണ്ടുന്നു – അതെ, ഇങ്ങനെയും ഒരു സിനിമക്കാലം.

■

രണ്ട്

യുക്തി അവസാനിക്കുന്നിടത്ത് വിശ്വാസങ്ങൾ ആരംഭിക്കുന്നു

ടി.ഇ. വാസുദേവൻ:

വിതരണം ചെയ്ത ചിത്രങ്ങൾ: തമിഴ്, ഹിന്ദി, തെലുങ്ക്, ഇംഗ്ലീഷ്, സിംഹളം ഉൾപ്പെടെ ആയിരത്തിലധികം. സ്ഥാപനം - അസോസിയേറ്റഡ് പിക്ചേഴ്സ് (1940 ൽ ആരംഭം)

നിർമ്മിച്ച ചിത്രങ്ങൾ: അമ്പതോളം. കമ്പനികൾ - അസോസിയേറ്റഡ് പ്രൊഡക്ഷൻസ്, ജയമാരുതി പ്രൊഡക്ഷൻസ് (ആരംഭം 1950)

(ചിത്രങ്ങളുടെ കൃത്യമായ എണ്ണം പറയില്ല. അതിന്റെ രഹസ്യം പിറകെ.)

നിർമ്മിച്ച ജനപ്രിയ ചിത്രങ്ങൾക്കെല്ലാം നിറയെ വൈവിധ്യം. ഉദാ: ട്രെയിനിൽ നിന്നൊരു ചിത്രം - കൊച്ചിൻ എക്സ്പ്രസ്. ബസ്സിൽ നിന്നൊരു ചിത്രം - കണ്ണൂർ ഡീലക്സ്. വെള്ളത്തിൽ നിന്നൊരു ചിത്രം - ഡേഞ്ചർ ബിസ്കറ്റ്.

ലോട്ടറിടിക്കറ്റ്, ഭാര്യമാർ സൂക്ഷിക്കുക, മറുനാട്ടിൽ ഒരു മലയാളി... ഇത്തരം വിഭവങ്ങളും കൂട്ടത്തിൽ.

"മുസ്ലിംസമുദായത്തിന് ഈ രംഗത്ത് ഞാൻ ചെയ്തേടത്തോളം സേവനം ആരും ചെയ്തിട്ടില്ല." - കുട്ടിക്കുപ്പായം, യത്തീം, മൈലാഞ്ചി, മണിയറ, മണിത്താലി, കാലം മാറി കഥ മാറി (ഒടുവിലത്തെ 3 പടത്തിലും മമ്മൂട്ടി) എന്നീ ചിത്രങ്ങൾ ചൂണ്ടിക്കാട്ടി ടി.ഇ. വാസുദേവൻ അവകാശപ്പെട്ടു.

നിർമ്മിച്ച ചിത്രങ്ങളിൽ ഏഴെണ്ണത്തിന്റെ കഥ സ്വന്തം. വി. ദേവൻ എന്നപേരിലാണെന്നു മാത്രം.

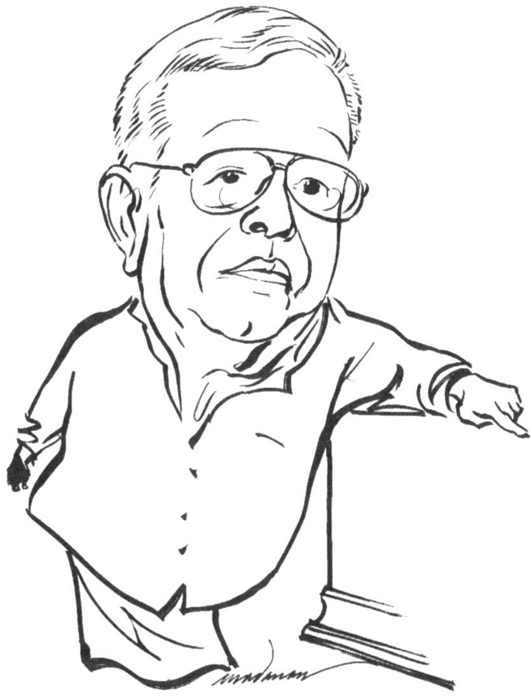

ഇപ്പറഞ്ഞതിനെല്ലാം അലങ്കാരം ചാർത്തിക്കൊണ്ട് 5 ചിത്രങ്ങൾക്ക് നാഷണൽ അവാർഡ് - സ്നേഹസീമ, നായർ പിടിച്ച പുലിവാല്, പുതിയ ആകാശം പുതിയ ഭൂമി, കാവ്യമേള, എഴുതാത്ത കഥ....

സംസ്ഥാന ഗവൺമെന്റ് 1993 ൽ തുടക്കം കുറിച്ച ജെ.സി.ഡാനിയൽ അവാർഡ് ആദ്യമായി കിട്ടുന്നതും ടി.ഇ. വാസുദേവന്.

ഇദ്ദേഹത്തിന്റെ 18 പടങ്ങൾക്ക് സ്ക്രിപ്റ്റെഴുതിയത് എസ്.എൽ. പുരം സദാനന്ദനാണ്. 6 എണ്ണത്തിന് മൊയ്തു പടിയത്തും.

"വ്യക്തമായ നിലപാടുള്ള വ്യക്തിയായിരുന്നു മൊയ്തു." എറണാകുളത്തെ സ്വന്തം വസതി - ഹരിപ്രിയ-യിലിരുന്ന് വാസുദേവൻ പറഞ്ഞു: "എന്റെ പടം ചെയ്യാനേറ്റ പ്രശസ്തനായ ഒരു സംവിധായകൻ പടിയത്തിന്റെ സ്ക്രിപ്റ്റിൽ ചില മാറ്റങ്ങൾ വരുത്തിയാലേ അതു ഞാൻ ചെയ്യൂ എന്നു പറഞ്ഞു. പടിയത്ത് ഒരു വിട്ടുവീഴ്ചയ്ക്കും തയ്യാറായിരുന്നില്ല. എന്തെങ്കിലും മാറ്റണമെങ്കിൽ വേറെ ആളെ നോക്കണമെന്നായി. സംവിധായകനും അയയാൻ തയ്യാറായില്ല. ഞാൻ ധർമ്മസങ്കടത്തിലായി. വർക്ക് നിന്നുപോകും എന്ന അവസ്ഥ. കുറച്ചു

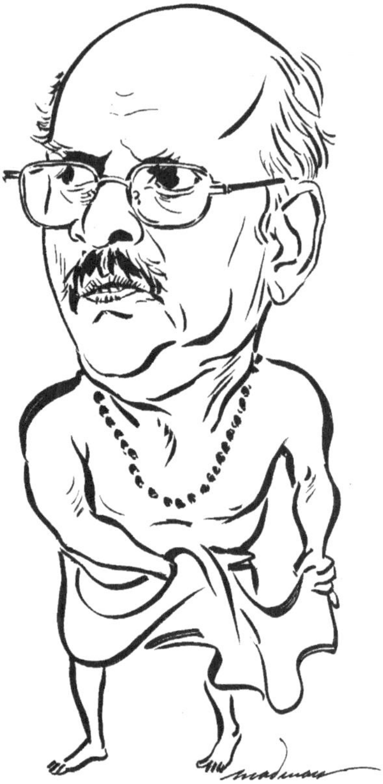

ദിവസം കഴിഞ്ഞപ്പോൾ ആ സംവിധായകൻ എന്നോട് പറഞ്ഞു: 'നല്ല സ്ക്രിപ്റ്റാണ്. ആ രീതിയിൽ എന്നെക്കൊണ്ടത് ചെയ്യാൻ പറ്റില്ലെന്നേയുള്ളൂ. മറ്റാരെക്കൊണ്ടെങ്കിലും ധൈര്യപൂർവ്വം ചെയ്യിച്ചോളൂ.' മറ്റൊരു സംവിധായകനെ വച്ചാണ് ആ പടം ചെയ്തത്"

മലയാള ചലച്ചിത്ര വ്യവസായത്തിന് അടിത്തറയിട്ട മൂന്ന് ആചാര്യന്മാരിൽ ഒരാളായിട്ടാണ് തൊണ്ണൂറിലെത്തി നില്ക്കുന്ന ടി.ഇ. വാസുദേവൻ അറിയപ്പെടുന്നത്. മെറിലാൻഡ് ഉടമ പി. സുബ്രഹ്മണ്യവും ഉദയാസ്റ്റുഡിയോ ഉടമ എം. കുഞ്ചാക്കോയുമാണ് മറ്റു രണ്ടുപേർ. കച്ചവട സിനിമയിൽ കാണുന്ന ആദ്യകാല സാങ്കേതിക വിദഗ്ദ്ധരിൽ അധികപേരുടേയും പരിശീലനക്കളരി ഇവർ മൂന്നുപേരുടെ കമ്പനികളായിരുന്നു.

വാസുദേവൻ പറയുന്നു: പല ഇന്ത്യൻ ഭാഷകളിലും വന്നതിനു ശേഷമാണ് മലയാളത്തിൽ സിനിമാനിർമ്മാണമാരംഭിക്കുന്നത്. മറ്റു

ഭാഷകളിൽ തുടക്കം പുരാണകഥകളിലായിരുന്നെങ്കിൽ ഇവിടെ അത് സാമൂഹിക കഥകളിലായിരുന്നു. വൈദ്യുതി കിട്ടാത്തതുകൊണ്ട് സൂര്യ വെളിച്ചത്തിലായിരുന്നു അന്ന് ഷൂട്ടിങ്ങ്. ജെ.സി.ഡാനിയേൽ നിർമ്മിച്ച വിഗതകുമാരൻ എന്ന നിശ്ശബ്ദ ചിത്രം 1928ൽ വന്നുവെങ്കിലും നമ്മുടെ സിനിമ ശബ്ദിച്ചു തുടങ്ങിയത് 1938ൽ മോഡേൺ തിയേറ്റേഴ്സ് മാനേജിങ്ങ് ഡയറക്ടർ ആർ. സുന്ദരം എന്ന തമിഴൻ നിർമ്മിച്ച 'ബാലൻ' എന്ന ചിത്രത്തിലൂടെയാണ്. പിന്നണിസംഗീതം കണ്ടുപിടിക്കുന്നതു വരെ പാടി അഭിനയിക്കുന്നവർക്കായിരുന്നു പ്രധാനവേഷങ്ങൾ. 1948ൽ പി.ജെ. ചെറിയാൻ നിർമ്മിച്ച 'നിർമ്മല'യിൽ ആദ്യമായി പിന്നണി സംഗീതം വന്നതോടെ അഭിനയിക്കാൻ താത്പര്യമില്ലാത്ത സംഗീതജ്ഞർക്കും അവസരം കിട്ടി. റിക്കാർഡിങ്ങ് മെഷിനിലെ ചാനലുകളുടെ എണ്ണം കുറവായതിനാൽ പിന്നണിക്കാരുടെ ശബ്ദവും പത്തും പതിനഞ്ചും വാദ്യങ്ങളുടെ ശബ്ദവും എടുക്കുമ്പോൾ ഒരാൾ ഒരു തെറ്റുവരുത്തിയാൽ എല്ലാ ശബ്ദവും മുഴുവനായി വീണ്ടും റിക്കാർഡ് ചെയ്യണമായിരുന്നു. ഇരുപതും ഇരുപത്തഞ്ചും തവണ ഒരേ പാട്ട് റിക്കോഡ് ചെയ്ത സംഭവമുണ്ട്.

സമകാലികനായ പി. സുബ്രഹ്മണ്യവുമായി ബന്ധപ്പെട്ട ടി.ഇ.യുടെ ഒരോർമ്മ അന്നുമിന്നും സിനിമാരംഗത്ത് നിലനില്ക്കുന്നു. കടുത്ത 'വിശ്വാസ'ങ്ങളിലേക്ക് ടോർച്ച് ലൈറ്റ് പായിക്കുന്നു.

"മറ്റുള്ളവരെല്ലാം സുബ്രഹ്മണ്യം എന്നു വിളിക്കുമ്പോൾ ആ വലിയ മനുഷ്യനെ സുബ്രഹ്മണ്യംപിള്ള എന്നാണ് ഞാൻ വിളിച്ചിരുന്നത്. എപ്പോൾ തിരുവനന്തപുരത്ത് ചെന്നാലും ഒരു നേരമെങ്കിലും തന്റെ വീട്ടിൽ നിന്ന് ഭക്ഷണം കഴിക്കണമെന്ന് അദ്ദേഹത്തിന് നിർബന്ധമാണ്. ഒരിക്കൽ സംവിധായകൻ തോട്ടാനുമൊത്ത് ഞാൻ എറണാകുളത്തുനിന്ന് തിരുവനന്തപുരത്തെത്തുമ്പോൾ രാത്രി പതിനൊന്നരയായിരുന്നു. പുലർച്ചെ എറണാകുളത്തേക്ക് മടങ്ങുകയും വേണം. സുബ്രഹ്മണ്യംപിള്ളയെ സംബന്ധിച്ചിടത്തോളം രാത്രി പതിനൊന്നര ഒരു സമയമല്ലെന്ന് എനിക്കറിയാം. കാരണം പന്ത്രണ്ട് മണിക്കുശേഷമേ അദ്ദേഹം ഉറങ്ങൂ. അതിനാൽ അന്നേരത്തു തന്നെ അദ്ദേഹത്തെ ചെന്നു കാണാൻ തീരുമാനിച്ചു. ഞങ്ങൾ കയറിച്ചെന്നതും അദ്ദേഹം ചോദിച്ചു: "ഈ അർദ്ധരാത്രിയിൽ നിങ്ങളെവിടുന്നു വരുന്നു?". മറുപടി കിട്ടും മുമ്പേ അന്വേഷണവുമായി: "ഭക്ഷണം കഴിച്ചതാണോ?" നുണ പറയാൻ എന്റെ മനസ്സനുവദിച്ചില്ല. 'രാമകൃഷ്ണാ, വാസുസാർ വന്തിരിക്കാർ... ടിഫിനും കാപ്പിയും കൊണ്ടുവാ' എന്നു ഓർഡർ ചെയ്തതിനുശേഷമേ ഞങ്ങളോട് ഇരിക്കാൻ പോലും

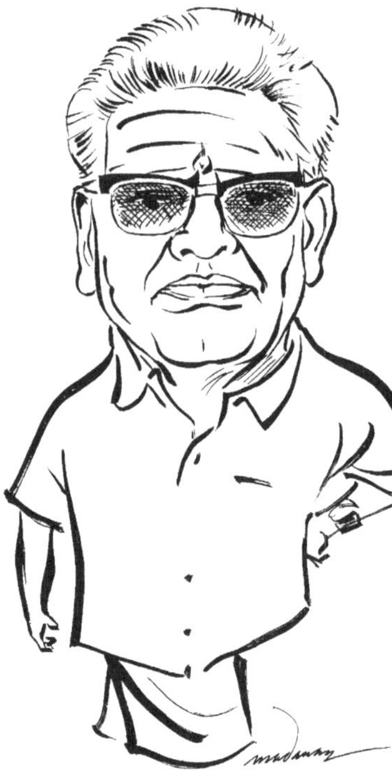

പറഞ്ഞുള്ളൂ. ഇതുപോലുള്ള ഒരു അന്നദാതാവിനെ ഇതിനുമുമ്പോ ശേഷമോ ഞാൻ കണ്ടിട്ടില്ല. ധർമ്മിഷ്ഠനും ദയാലുവുമായ മഹാമനസ്കനായിരുന്നു അദ്ദേഹം."

1940 ൽ ടി.ഇ. വാസുദേവൻ അസോസിയേറ്റഡ് പിക്ചേഴ്സ് തുടങ്ങിയ കാലം. ന്യൂ തിയേറ്ററിൽ സിനിമ കാണിക്കാനുള്ള തിയ്യതിക്കുവേണ്ടി വാസുദേവൻ സുബ്രഹ്മണ്യത്തെ കാണും. തലയിൽ രണ്ടാം മുണ്ടും കെട്ടി സൈഡ്ബട്ടനുള്ള നേരിയ ഹാഫ് ഷർട്ടും മുണ്ടും ധരിച്ച് തിയേറ്ററിലെ അറ്റകുറ്റപ്പണികൾക്ക് നേതൃത്വം നല്കുകയാവും സുബ്രഹ്മണ്യം. വർഷങ്ങൾക്കുശേഷം ടി.ഇ. ചലച്ചിത്രനിർമ്മാണപ്രവർത്തനങ്ങൾക്ക് മദ്രാസിൽ സ്ഥിരമാക്കിയതോടെ സുബ്രഹ്മണ്യം ബിസിനസ് കാര്യങ്ങൾക്കായി അവിടെ വരുമ്പോൾ അദ്ദേഹത്തെയും ചെന്നു കാണാറുണ്ടായിരുന്നു.

ഒരിക്കൽ സുബ്രഹ്മണ്യം മദ്രാസിൽ വന്ന ദിവസം മനോരമയിൽ അദ്ദേഹത്തിന്റെ ചിത്രത്തിന്റെ ഒരു പരസ്യമുണ്ടായിരുന്നു. നീലായുടെ

75-ാമതു ചിത്രം എന്നായിരുന്നു ആ പരസ്യം. അതു വേണ്ടായിരുന്നു എന്ന് വാസുദേവൻ പറഞ്ഞു. എന്താണ് കാരണമെന്നൊന്നും സുബ്രഹ്മണ്യം ചോദിച്ചില്ല. പകരം അദ്ദേഹം അടുത്ത മുറിയിലുണ്ടായിരുന്ന മകൻ കുമാരസ്വാമിയെ വിളിച്ചു.

"75-ാ മതു ചിത്രം എന്ന് മനോരമയിൽ പരസ്യം കൊടുത്തിറുക്കാ.."

"ആമാ"

"അപ്പടി കൊടുക്കവേണ്ടാന്ന് വാസുസാർ ശൊല്ലലാർ"

ആവർത്തിക്കില്ലെന്ന് കുമാരസ്വാമി.

അതിനുശേഷം മാത്രമാണ് അങ്ങനെ പരസ്യം ചെയ്യരുതെന്ന് എന്തുകൊണ്ടാണ് വാസുദേവൻ പറഞ്ഞതെന്ന് സുബ്രഹ്മണ്യം ചോദിച്ചത്. ടി.ഇ. അതു പറയാതെ മടിച്ചു നിന്നു.

"പരസ്യം ചെയ്യുകയില്ലെന്ന് സമ്മതിച്ചല്ലോ. പറഞ്ഞതിന്റെ പൊരുളെന്താണെന്ന് ഞാനും കൂടി അറിയട്ടെ." സുബ്രഹ്മണ്യം വാശിയിലായി.

അവസാനം ടി.ഇ. അതു പറഞ്ഞു:

"സേലം മോഡേൺ തിയറ്റേഴ്സ് ഉടമ ടി.ആർ. സുന്ദരം നിർമ്മിച്ച അറുപതിൽപ്പരം തമിഴ് ചിത്രങ്ങൾ വിലയ്ക്കുവാങ്ങി ഞാൻ കേരളത്തിൽ വിതരണം ചെയ്തിട്ടുണ്ട്. വാക്കിന് വില കല്പിക്കുന്ന അപൂർവ്വം വ്യക്തികളിൽ ഒരാളാണ് അദ്ദേഹം. സുന്ദരം 'നൂറാമത്തെ ചിത്രം' എന്ന് അനൗൺസ് ചെയ്തു. പൂർത്തിയാക്കാൻ കഴിഞ്ഞില്ല. അദ്ദേഹം മരിച്ചു. നമ്മുടെ കുഞ്ചാക്കോ 'എഴുപത്തഞ്ചാമത്തെ ചിത്രം' അനൗൺസ് ചെയ്തു. അദ്ദേഹത്തിനും അതു മുഴുമിക്കാൻ സാധിച്ചില്ല - നമ്മളോട് വിട പറഞ്ഞു. ഒരുപക്ഷേ ഇതെല്ലാം കോഇൻസിഡൻസായിരിക്കാം. പക്ഷേ എനിക്കതിലെന്തോ കാണാൻ കഴിയുന്നു. നിങ്ങൾ ദീർഘകാലം ജീവിച്ചിരിക്കാനാഗ്രഹിക്കുന്നതുകൊണ്ട് ആ കോഇൻസിഡൻസിന് ഇടകൊടുക്കേണ്ടെന്നു കരുതിയാണ് ഞാൻ '75-ാ മതു ചിത്രം' എന്ന് ഇനി പരസ്യം ചെയ്യേണ്ടെന്നു പറഞ്ഞത്." സുബ്രഹ്മണ്യംപിള്ളയ്ക്കു സന്തോഷമായി. അത്ഭുതകരമെന്നു പറയട്ടെ, അദ്ദേഹം തിരുവനന്തപുരത്തു തിരിച്ചു ചെന്ന് ക്യാമറ തൊട്ടിട്ടില്ല. കുറച്ചുകാലം അസുഖമായി കിടന്നതിനുശേഷം മരിച്ചു. അന്നത്തെ മദ്രാസിൽ നിന്നുള്ള ഫ്ളൈറ്റിൽ ഞാനടക്കം അധികം പേരും സുബ്രഹ്മണ്യംപിള്ളയ്ക്കു അന്ത്യോപചാരമർപ്പിക്കാൻ വന്നവരായിരുന്നു. സ്നേഹിതർക്ക് ഒരു തീരാനഷ്ടമായിരുന്നു ആ

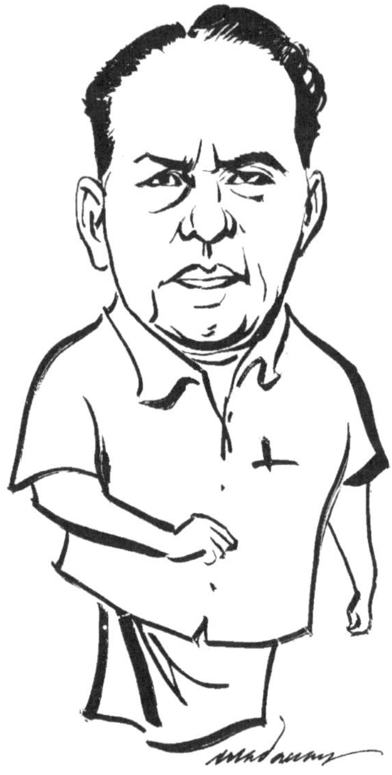

മഹാനുഭാവന്റെ വേർപാട്. ആ സംഭവത്തിനുശേഷം എന്നോടാരെങ്കിലും എത്ര ചിത്രങ്ങൾ നിർമ്മിച്ചു എന്നു ചോദിച്ചാൽ കൃത്യമായ എണ്ണം ഞാൻ പറയാറില്ല. അമ്പതോളം എന്നു മാത്രം പറഞ്ഞൊഴിയും."

അന്തംവിട്ടു നോക്കുന്ന എന്നെ നോക്കി ടി.ഇ. വാസുദേവൻ ഇങ്ങനെ ഉപസംഹരിച്ചു:

"അന്ധവിശ്വാസമെന്ന് നിങ്ങൾ വ്യാഖ്യാനിച്ചേക്കാം. എതിർക്കാൻ ഞാനില്ല. കാരണം FAITH STARTS WHERE REASON ENDS എന്നാണല്ലോ"

■

മൂന്ന്

അപ്പച്ചൻ പിടിച്ച പുലിവാല്

പേര് എം.വി.പുന്നൂസ്. നിർമ്മാതാവ്.

വയസ്സ് 82.

നവോദയ അപ്പച്ചൻ എന്നറിയപ്പെടുന്നു.

ജ്യേഷ്ഠസഹോദരനായ കുഞ്ചാക്കോയോടൊപ്പം, ആദ്യകാല മലയാളസിനിമകളുടെ ചിത്രീകരണം നടത്തിയ ഉദയാ സ്റ്റുഡിയോവിന് തുടക്കമിട്ടു. കുഞ്ചാക്കോയുടെ വേർപാടിനുശേഷം നവോദയാ സ്റ്റുഡിയോ സ്ഥാപിക്കുന്നു.

ദക്ഷിണേന്ത്യയിലെ ആദ്യത്തെ സിനിമാസ്കോപ്പ് ചിത്രമായ തച്ചോളി അമ്പു, ആദ്യത്തെ 70 എം.എം. ചിത്രമായ പടയോട്ടം, ഇന്ത്യയിലെ ആദ്യത്തെ ത്രി-ഡി ചിത്രമായ മൈ ഡിയർ കുട്ടിച്ചാത്തൻ എന്നിവ നിർമ്മിച്ചത് അപ്പച്ചൻ.

'ഈ രീതിയിൽ ഇന്ത്യയിലെ ആദ്യത്തേത്' എന്നു പറയാവുന്ന, ചെന്നൈയിലെ വരദരാജപുരത്തെ കിഷ്കിന്ധ വാട്ടർ തീം പാർക്ക്. മലയാള സിനിമയുടെ ചരിത്രത്തിലെ വലിയ ഒരദ്ധ്യായത്തിന്റെ ഉടമയായ അപ്പച്ചൻ ഓർമ്മയുടെ ഫയലുകൾ തുറന്നു വച്ചു.

"ഒരുപാട് അന്വേഷണങ്ങൾക്കും പഠനങ്ങൾക്കും ശേഷമാണ് ഉദയ ആദ്യ വടക്കൻപാട്ടുചിത്രമായ 'ഉണ്ണിയാർച്ച' എടുത്തത്. അന്ന് ലൊക്കേഷൻ തേടി കുറേ അലയേണ്ടിവന്നിരുന്നു. ഒടുക്കം ചാലക്കുടിയിൽ നിന്ന് പെരിങ്ങൽക്കുത്തിലേക്കുള്ള യാത്രയിൽ അതിരപ്പിള്ളി, വാഴച്ചാൽ വെള്ളച്ചാട്ടങ്ങൾ കണ്ടതോടെ മറ്റെങ്ങും പോകേണ്ടതില്ലെന്നുറപ്പിച്ചു. പക്ഷേ ചോര കുടിക്കുന്ന അട്ടകൾ അവിടെ വലിയൊരു ഭീഷണിയായിരുന്നു. ചിത്രീകരണം തുടങ്ങണമെങ്കിൽ കാടു വെട്ടിത്തെളിയിച്ച് വഴിയുണ്ടാക്കി വെള്ളച്ചാട്ടത്തിനരികിലെത്തണം. അതെങ്ങനെയും സാധിക്കുമെന്ന് ഞാൻ ദൃഢപ്രതിജ്ഞ

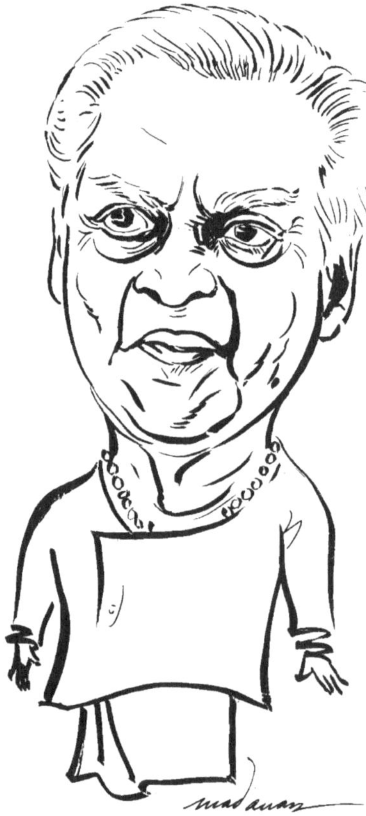

യെടുത്തു, അതു സാധിക്കുകയും ചെയ്തു. അവിടെയാണ് ഉണ്ണി യാർച്ചയിലെ പല രംഗങ്ങളും ഷൂട്ട് ചെയ്തത്. കഴിഞ്ഞ പത്തു നാല്പതുവർഷം എത്രയോ സിനിമകൾ അവിടെ ഷൂട്ട് ചെയ്തു. രണ്ട് അമ്യൂസ്മെന്റ് പാർക്കുകളും അവിടെയുണ്ടായി. ഇതിനെല്ലാം തുട ക്കക്കാരനാവാൻ സാധിച്ചതിൽ എനിക്ക് സന്തോഷവും അഭിമാനവു മുണ്ട്."

കഥകൾ പറയുന്ന കൂട്ടത്തിൽ 'ഇത്തരമൊരു പ്രേക്ഷക സെൻസ റിങ് അപൂർവ്വ'മെന്നു പറഞ്ഞുകൊണ്ട് അപ്പച്ചൻ പറഞ്ഞ 'വിജയശ്രീ കഥ' ഇങ്ങനെ:

(ഒരുകാലത്ത് കേരളത്തിലെ ചെറുപ്പക്കാരുടെ ഉറക്കം കെടുത്തിയ മാദകത്തിടമ്പായിരുന്നു വിജയശ്രീ).

“ഒതേനന്റെ മകനാണ് ചിത്രം. ഇതിൽ വിജയശ്രീയുടെ ഒരു കുളി സീനുണ്ടായിരുന്നു. കുളിസീൻ ഷൂട്ട് ചെയ്യുന്നതിനിടയിൽ വിജയ ശ്രീയുടെ വസ്ത്രം മാറിടത്തിൽ നിന്ന് തെന്നിമാറിപ്പോയി. അവർ ഉടനെ അതു നേരെയിട്ടെങ്കിലും ഒരു ഞൊടിയിട മാറിടം അനാവൃതമായി. ഇക്കാര്യം സംവിധായകനായ ഞാനും ക്യാമറമാനും കണ്ടില്ല. വിജ യശ്രീയും ഇതറിഞ്ഞില്ല. എഡിറ്റിങ്ങ് ടേബ്ളിലും സെൻസർബോർഡ് സ്ക്രീനിങ്ങിലും ഇതു ശ്രദ്ധിക്കപ്പെടാതെ കടന്നുപോന്നു. റിലീസിങ്ങ് ദിവസം തിയേറ്ററുകളിലെ തറടിക്കറ്റ് പ്രേക്ഷകരാണ് ഇതു കണ്ടുപി ടിക്കുന്നത്. പിന്നെ ഒട്ടും താമസിച്ചില്ല. അന്നുതന്നെ എല്ലാ തിയേറ്ററു കളിലും വിളിച്ചുപറഞ്ഞ് ആ ഭാഗം മുറിച്ചുമാറ്റി.”

ഇനി അക്കാലത്തെ ഒരു സിനിമാ പ്രതിസന്ധി:

എൺപതുകളുടെ ഉത്തരാർദ്ധം. കാക്കനാട്ടെ വീട്ടിൽ അപ്പച്ചൻ സ്വസ്ഥം കൃഷി. ഗവൺമെന്റ് പ്ലീഡർമാരായ സിബിയും കോശിയും ഒരു നാൾ അപ്പച്ചനെ കാണാനെത്തുന്നു. ഓറിയന്റൽ ഫിനാൻസ് കമ്പനി കേസിലെ റിസീവർമാരാണ് രണ്ടുപേരും. കോളിളക്കം സൃഷ്ടിച്ച പണമിടപാടുസ്ഥാപനമായിരുന്നു ഓറിയന്റൽ – സാജന്റെ സ്ഥാപനം. പെട്ടെന്നു പടർന്നു പന്തലിച്ചതാണ് ഓറിയന്റൽ. അതു പോലെത്തന്നെയായിരുന്നു തകർച്ചയും. സ്വാഭാവികമായും നിക്ഷേ പകർ ഇളകിമറിഞ്ഞു. അവർ കോടതിയിൽ അഭയം പ്രാപിച്ചു. സ്വത്തു ക്കളിപ്പോൾ റിസീവർമാരുടെ നിയന്ത്രണത്തിൽ. കേസ് ഹൈക്കോ ടതി ജഡ്ജി ചേറ്റൂർ ശങ്കരൻനായരുടെ ബെഞ്ചിൽ.

കോടതിക്ക് അപ്പച്ചനുമായി ചില കാര്യങ്ങൾ ചർച്ചചെയ്യാനുണ്ട്, വരണം – ഇതാണ് റിസീവർമാരുടെ വരവിന്റെ ഉദ്ദേശ്യം. കോടതി യിലെത്തിയപ്പോൾ ചേറ്റൂർ: നവോദയ വലിയ ബാനറാണ്. അനുഭവ സമ്പത്തുണ്ട്. സാമ്പത്തികശേഷിയുണ്ട്. ഓറിയന്റൽ ഫിനാൻസ് കമ്പനി തുടങ്ങിവച്ച ‘കടത്തനാടൻ അമ്പാടി’ എന്ന പടം പൂർത്തി യാക്കണം. പടമിറങ്ങിയാൽ നിക്ഷേപകർക്ക് പണം മടക്കിക്കൊടു ക്കാൻ കഴിഞ്ഞേക്കും. നവോദയാ സ്റ്റുഡിയോയിലെ സൗകര്യങ്ങൾ ഇതിനനുവദിക്കണം. ചെലവ് പടത്തിന്റെ കളക്ഷനിൽ നിന്നെടുക്കാം. പ്രേംനസീറും മോഹൻലാലുമൊക്കെയാണ് ഇതിലുള്ളത്. പ്രിയദർശ നാണ് സംവിധായകൻ. അപ്പച്ചൻ വിളിച്ചാൽ ഇവരുൾപ്പെടെ എല്ലാ വരും വരും.

എന്തു ചെയ്യണം? അപ്പച്ചൻ ആലോചിച്ചു. ഒരുപാട് പാവങ്ങളുടെ അദ്ധ്വാനത്തിന്റെ കനിയാണ് ഓറിയന്റൽ കമ്പനിയിൽ നിക്ഷേപി

ച്ചിരുന്നത്. പടം വിജയിച്ചാൽ ഇവർക്കെല്ലാം ചെറുതെങ്കിലും മാന്യമായ ഒരു തുക മടക്കിക്കൊടുക്കാനാവും. അതൊരു വലിയ കാര്യമല്ലേ?... അങ്ങനെ അദ്ദേഹം സമ്മതം മൂളി.

പ്രശ്നങ്ങൾ ഇവിടെ ആരംഭിക്കുകയായിരുന്നു. കോടതിയിൽ സാജന്റെ വക്കീൽ അനുകൂലമായിരുന്നിട്ടും സാജന്റെ പ്രയാസങ്ങൾ ബാക്കിയായിത്തന്നെ കിടന്നു. എങ്കിലും സാജൻ സഹകരിക്കാമെന്നേറ്റു. പിന്നീടാണ് അതിനു മുമ്പേത്തന്നെ അയാൾ ചിത്രത്തിന്റെ അവകാശം സൂപ്പർ ഇന്റർനാഷനൽ എന്ന സ്ഥാപനത്തിനു കൈമാറിയിരുന്നുവെന്ന് അപ്പച്ചനും മറ്റും അറിയുന്നത്. അപ്പച്ചൻ ചിത്രം ഏറ്റെടുക്കുന്നതിനെതിരെ അവർ സുപ്രീംകോർട്ടിൽ പോയി. കോടതി സ്റ്റേ വന്നു. ഇതിനിടെ അമ്പാടി യഥാസമയം പുറത്തിറങ്ങിയിരുന്നുവെങ്കിൽ ലഭിക്കുമായിരുന്ന സ്വീകരണം ഉണ്ടാവില്ലെന്നുറപ്പായി.

രണ്ടുവർഷത്തിനുശേഷമാണ് സുപ്രിംകോടതിയുടെ അനുകൂല വിധി വന്നത്. പദ്ധതിയിൽ നിന്ന് പിൻവാങ്ങാൻ തന്നെയായിരുന്നു തീരുമാനമെങ്കിലും അപ്പച്ചനെപ്പോലൊരാൾ അങ്ങനെ ചെയ്യരുതെന്നാണ് കോടതി പറഞ്ഞത്. സൂപ്പർ ഇന്റർനാഷനലിന്റെ അവകാശ വാദങ്ങൾ തള്ളി കോടതി ചിത്രം അപ്പച്ചനു കൈമാറി. നെഗറ്റീവ് കിട്ടിയപ്പോഴാണ് സൗണ്ട്ട്രാക്കില്ലെന്നറിയുന്നത്. പ്രശ്നങ്ങൾ പുതിയ വഴിക്ക് നീങ്ങുകയായിരുന്നു. രണ്ടുലക്ഷം രൂപ കൊടുക്കാനുള്ളതുകൊണ്ട് സൗണ്ട്ട്രാക്ക് മദിരാശിയിലെ പ്രസാദ് സ്റ്റുഡിയോവിലാണ്. അമ്പാടി പൂർത്തിയാക്കാൻ ജിയോ ഫിലിംസ് ഉടമ എൻ. ജി. ജോൺ അപ്പച്ചനോടൊപ്പമുണ്ടായിരുന്നു. പണം കൊടുത്ത് ജോണിനെ സ്റ്റുഡിയോയിലേക്കയച്ചു. അവിടെ സാജൻ കാത്തു നില്ക്കുമെന്നും പണം നല്കിയാൽ സൗണ്ട് ട്രാക്ക് കിട്ടുമെന്നുമാണ് ജോൺ പറഞ്ഞിരുന്നത്. പണം വാങ്ങി അകത്തേക്കു പോയ സാജന്റെ പൊടിപോലും മണിക്കൂറുകൾ കാത്തുനിന്നിട്ടും കണ്ടില്ലെന്ന് ജോൺ പിന്നീട് അപ്പച്ചനെ അറിയിച്ചു. വീണ്ടും കോടതിതന്നെയായി ആശ്രയം. പടത്തിന് സൗണ്ട്ട്രാക്കില്ല. അതിനു കൊടുത്ത രണ്ടുലക്ഷവും പോയി. പിന്മാറുകയല്ലാതെ ഗത്യന്തരമില്ല... സാജനിൽ നിന്നു സൗണ്ട്ട്രാക്ക് വാങ്ങി അപ്പച്ചനു നല്കാൻ കോടതി പോലീസിനുത്തരവുനല്കി.

കോട്ടയം പോലീസ്ഗസ്റ്റ്ഹൗസിൽ ചെന്ന് സാജനുമായി സംസാരിച്ചപ്പോൾ ജോൺ തനിക്കു രണ്ടുലക്ഷം രൂപ തരാനുണ്ടെന്നാണ്

അപ്പച്ചനു കിട്ടിയ മറുപടി. നിക്ഷേപം പലർക്കും വായ്പയായി നല്കിയിരിക്കുന്നു. ആരും തിരിച്ചടക്കുന്നില്ല. കൈയിൽ ചില്ലിക്കാശില്ല. ഇതെല്ലാം കേട്ടപ്പോൾ അപ്പച്ചന് സഹതാപമാണുണ്ടായത്. കൂടുതലൊന്നും പറയാതെ അദ്ദേഹം മടങ്ങി. പറഞ്ഞിട്ട് കാര്യമുണ്ടായിരുന്നില്ല.

അടുത്ത ദുരന്തം നസീറിന്റെ മരണമായിരുന്നു. അദ്ദേഹത്തിന്റെ കുറെ സീനുകളെടുക്കാൻ ബാക്കിയുണ്ട്. അവശേഷിക്കുന്ന ഭാഗങ്ങൾ അദ്ദേഹവുമായി നല്ല മുഖച്ഛായയയുള്ള അനിയൻ പ്രേംനവാസിനെ വച്ചെടുക്കാൻ തീരുമാനിച്ചു. പക്ഷേ ആരു ശബ്ദം കൊടുക്കും? അന്വേഷണം നടൻ തിലകന്റെ മകൻ ഷമ്മിതിലകനിലെത്തി. മികച്ച മിമിക്രി ആർട്ടിസ്റ്റ് കൂടിയായ ഈ അഭിനേതാവ് രക്ഷയായി. ഷൂട്ടിങ്ങ് ആരംഭിക്കുവാൻ നടീനടന്മാരെ വിളിച്ചു വരുത്തിയപ്പോഴാണ് പലർക്കും പണം നല്കിയിട്ടില്ലെന്നു മനസ്സിലാവുന്നത്. സ്റ്റണ്ട് നടന്മാർക്കും പണം നല്കിയിരുന്നില്ല. അവരില്ലാതെ ഒന്നും നടക്കില്ല. പ്രമുഖ നടീനടന്മാർക്ക് പകുതിത്തുക കൊടുത്തു. സ്റ്റണ്ടുനടന്മാർക്കും പ്രതിഫലം നല്കി. എല്ലാംകൂടി വലിയ ഒരു തുകയായി.

“പ്രതിസന്ധികളെല്ലാം മറികടന്ന് ചിത്രം പ്രദർശനത്തിനെത്തിച്ചെങ്കിലും പ്രേക്ഷകരുടെ വിധിയെഴുത്ത് പ്രതികൂലമായിരുന്നു. കേസും വഴക്കും കാരണം വളരെ താമസിച്ചാണല്ലോ പടം റിലീസ് ചെയ്തത്. ഏല്പിച്ച ജോലി പൂർത്തിയാക്കാൻ സാധിച്ചുവെന്ന സമാധാനം മാത്രമേ ബാക്കിയുണ്ടായിരുന്നുള്ളൂ. 20 ലക്ഷം രൂപയാണ് ‘കടത്തനാടൻ അമ്പാടി’യിലൂടെ നഷ്ടമായത്.”

■

നാല്

കേറിപ്പിടിക്കുമ്പോഴേക്ക് ഏതെങ്കിലും പെണ്ണ് ബോധം കെടുമോ?

എറണാകുളത്തെ വടുതലയിലെ പള്ളിക്കാവ് ടെമ്പ്ൾ റോഡിൽ 'പ്രകാശ് ഭവൻ'. മുകളിലത്തെ നിലയിൽ സൗമ്യഗംഭീരനായിരിക്കുന്നു ജോസ്പ്രകാശ്. പ്രമേഹം വലതുകാലും ഇടതുകണ്ണിന്റെ കാഴ്ചയും നഷ്ടപ്പെടുത്തിയെങ്കിലും കുലുക്കമില്ലാതെ പിടിച്ചുനില്ക്കുന്നു. ജോസ് പ്രകാശിനും നവോദയ അപ്പച്ചന്റെ അതേ പ്രായം – 82.

ഓർക്കുമ്പോൾ ഒരു കിടിലം. നാനൂറിലധികം ചിത്രങ്ങളിലഭിനയിച്ച ഈ 'വില്ലൻ' മലയാളിബാല്യങ്ങളുടെ എത്രയോ രാത്രികളെ ഭയവിഹ്വലമാക്കി. എത്രയോ സ്ത്രീകൾക്ക് അനഭിമതനായി. പക്ഷേ സ്ക്രീനിൽ പ്രേക്ഷകരെ വിറപ്പിച്ച മുഖവും ശരീരഭാഷയുമല്ല ഇവിടെ. ശാന്തം, സ്നേഹസ്വരൂപം.

"ഇപ്പോൾ ടി.വിയിൽ സ്വന്തം സിനിമകൾ കാണുമ്പോൾ നല്ലൊരു ചെറുപ്പക്കാരൻ എന്നു തോന്നും" ജോസ്പ്രകാശ് പഴയ കാലമോർത്ത് ചിരിക്കുന്നു. തിക്കുറിശ്ശി പറയാറുണ്ടായിരുന്നു – "ജനിച്ചത് നേരത്തെയായിപ്പോയി." വീണ്ടും ആ ചിരി. സിനിമയിലെ ചിരിയല്ല, വാക്കുകളിലെ ഫലിതം സ്വയമാസ്വദിച്ചുള്ള ചിരി.

'വിലയ്ക്കു വാങ്ങിയ വീണ'യിലെ സദ്സ്വഭാവിയായ മുതലാളിയും 'ശാപമോക്ഷ'ത്തിലെ കഥാപാത്രവുമൊക്കെ 'വില്ലൻ വേഷ'ങ്ങൾക്കിടയിൽ ജോസ്പ്രകാശിന് കൂടുതൽ പ്രിയപ്പെട്ടവയാണ്. താൻ നായകനായ ശാപമോക്ഷത്തിൽ, നമ്മുടെ നായകസങ്കല്പത്തെ ഇളക്കിമറിച്ച നടൻ ജയനെ നിർദ്ദേശിച്ചത് ജോസ്പ്രകാശായിരുന്നു. കൃഷ്ണൻനായർക്ക് ജയൻ എന്നു പേരിട്ടതും അദ്ദേഹം തന്നെ.

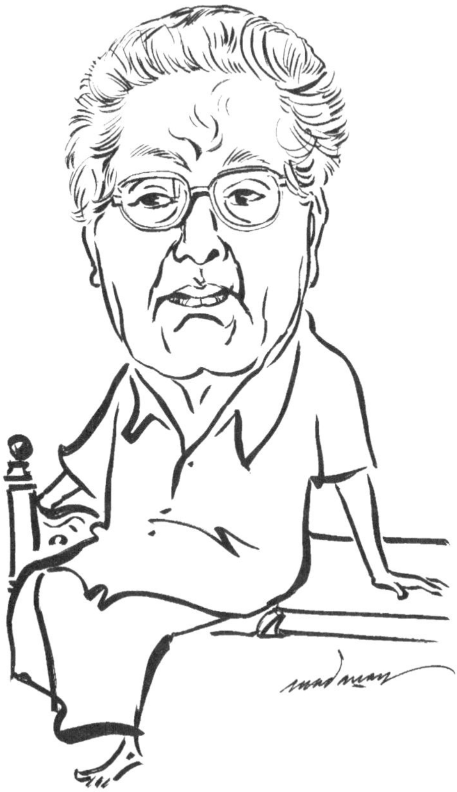

തിക്കുറിശ്ശി കാരണമാണ് ജോസ്പ്രകാശ് സിനിമയിൽ വരുന്നത്. സിനിമ 'ശരിയോ തെറ്റോ?' '52ലാണത്. രചന, സംവിധാനം, നിർമ്മാണം - എല്ലാം തിക്കുറിശ്ശിയായിരുന്നു. എല്ലാ കാര്യങ്ങളും ഒരാൾ ചെയ്യുക എന്നത് അക്കാലത്ത് ഒരു മഹാസംഭവമായിരുന്നു. രസം അതല്ല. ജോസ് പ്രകാശ് സിനിമയിലേക്കു വന്നത് നടനായിട്ടല്ല, ഗായകനായിട്ടാണ്.

"താരമേ താണുവരൂ
ദൂരവേ സഖി പോകയോ നീ
ഹൃദയവിപഞ്ചി മൃദുതന്ത്രിപൊട്ടി
കരയുകയാണോ പ്രാണസഖീ"

തിക്കുറിശ്ശിയുടെ വരികൾക്ക് ദക്ഷിണാമൂർത്തിയുടെ സംഗീതം.

17 വർഷം പട്ടാളക്കാരനായിരുന്നു ജോസ്പ്രകാശ്. അതിനിടെ എന്നോ എവിടെയോ ഒരു പാട്ടുപാടി. വിവരം ആരോ തിക്കുറിശ്ശി യോട് പറഞ്ഞു. പാടാമോ എന്നു ചോദിച്ചു. ശാസ്ത്രീയമായി പാടാ നറിയില്ല, താളവും ശ്രുതിയുമൊന്നുമില്ല എന്നു പറഞ്ഞു. ദക്ഷി ണാമൂർത്തിസ്വാമിയുടെ മുമ്പിൽ പാടി. അങ്ങനെ 'ശരിയോ തെറ്റോ' എന്ന പടത്തിൽ അഞ്ചോ ആറോ പാട്ട് പാടാനവസരം കിട്ടുന്നു. അതിൽ ഗായകനായും വേഷം കിട്ടി. പിന്നെ വിശപ്പിന്റെ വിളി, പ്രേമ ലേഖ, ദേവസുന്ദരി തുടങ്ങിയവയിലും പാടി. 'ശരിയോ തെറ്റോ' എന്ന സിനിമയ്ക്കുവേണ്ടിയാണ് ആദ്യം പാടുന്നതെങ്കിലും പുറ ത്തിറങ്ങിയ ആദ്യ ചിത്രം 'വിശപ്പിന്റെ വിളി'യാണ്. "പാട്ടിന് ബേസില്ല. പിന്നെങ്ങനെ മോലോട്ടു പോകും? യേശുദാസും കമുക റയും എ.എം. രാജയുമൊക്കെ വന്നപ്പോൾ ഞാൻ ഔട്ടായി.." അസ്വാ ഭാവികമായൊന്നും സംഭവിച്ചില്ലെന്ന മട്ടിൽ ജോസ് പ്രകാശ് നിസ്സം ഗനായി. സിനിമയിലേതുപോല "പഠിക്കാത്ത ആളെക്കൊണ്ട് പാടി ച്ചിട്ടെന്തു കാര്യം? അണ്ടർസ്റ്റാന്റ്?" എന്ന് ആ മൗനം ചോദിച്ചു.

മെറിലാന്റിന്റെ 'സ്നാപകയോഹന്നാൻ' എന്ന ചിത്രത്തിലാണ് 'ബ്രേക്ക്' എന്നു പറയാവുന്ന റോൾ. ടൈറ്റിൽ റോളായിരുന്നു. അന്നൊരു മലയാളപടം അങ്ങേയറ്റം രണ്ടു ലക്ഷത്തിന് തീരണം. ഇതിന് നാലര നിർമ്മാണച്ചെലവായി (നാലര കോടിയുണ്ടെങ്കിലും ഇന്നിത് തീരില്ല. അതു വേറെ കാര്യം) നാലര ലക്ഷം എങ്ങനെ കലക്ട് ചെയ്തെടുക്കും? അതൊരു വലിയ പ്രശ്നമായിരുന്നു. ഭാഗ്യ ത്തിന് അമേരിക്കൻ നിർമ്മാണ കമ്പനിയായ MGM പടം കണ്ടു. BIBLE SUBJECT PRODUCED BY A HINDU IN INDIA. അവരത് വാങ്ങാൻ തയ്യാറായി. നാലര ലക്ഷം MGM തന്നെ കൊടുത്തു. പടം പതിനാ യിരം അടിയായി ചുരുക്കിയെടുക്കുകയായിരുന്നു അവരാദ്യം ചെയ്തത്. പിന്നെ വിവിധ ഭാഷകളിൽ നിന്ന് ഡബ്ബിംഗും നടത്തി. ആ ഇനത്തിലും മെറിലാൻഡിന് കാശു കിട്ടി.

"അന്ന് ആ പടത്തിലുണ്ടായിരുന്നവരിൽ ഞാൻ മാത്രം ബാക്കി. പ്രേംനസീർ, മുത്തയ്യ, എസ്.പി.പിള്ള... എല്ലാവരും പോയി." തുടർന്നിങ്ങനെ കൂട്ടിച്ചേർത്തു: "ഞാനില്ലെങ്കിലും ലോകം മുമ്പോട്ടു പോകും."

മലയാളസിനിമ ഒരു കുടുംബം പോലെയായിരുന്നു അന്നെന്ന് ജോസ് പ്രകാശ് ഓർമ്മിക്കുന്നു. ഇന്നത്തെപ്പോലെ സപ്പറേഷനില്ല. പിന്നെ അന്ന് 'സ്റ്റാർ' ഇല്ല. നടീനടന്മാരേ ഉള്ളൂ. ഏതു റോളും

കിട്ടിയാൽ ചെയ്യാം എന്ന ധൈര്യമുണ്ടായിരുന്നു തനിക്ക്. അങ്ങനെയാണ് വില്ലൻ വേഷത്തിലേക്കു വരുന്നത്.

'ലൗ ഇൻ കേരള' മാതൃരാജ്യത്തെ അന്യരാജ്യത്തിന് വിറ്റു കാശാക്കുന്ന ഒരു നൊട്ടോറിയസ് ക്രിമിനലിന്റെ കഥയായിരുന്നു. ഒരു പത്രവാർത്ത വച്ചുകൊണ്ട് ക്രിയേറ്റ് ചെയ്ത സാധനം. ക്രിമിനലിന്റെ പേര് സിൽവർ ഹെഡ്സ്.

തല മൊട്ടയടിക്കണം, ഒരു പെയിന്റടിക്കണം.

ഡയറക്ടർ ശശികുമാർ ചോദിച്ചു: "തല മൊട്ടയടിക്കാമോ? നല്ല ക്യാരക്ടറാണ്."

പ്രേംനസീറൊന്നും മൊട്ടയടിക്കാൻ തയ്യാറായില്ല. ജോസ് പ്രകാശ് തയ്യാറായി. പടം ഹിറ്റ്. ഇതിനെത്തുടർന്നാണ് വില്ലൻ വേഷം വരുമ്പോൾ പ്രൊഡ്യൂസർമാർ ജോസ്പ്രകാശിനെ ആലോചിക്കുന്നത്.

പണ്ട് ഡയലോഗ് കാണാപ്പാഠം പഠിക്കണമായിരുന്നു. ഒരിക്കൽ പി.ജെ. ആന്റണിക്ക് ഡയലോഗ് തെറ്റി. മിസ് കുമാരി ചിരിച്ചു. ഉടനെ വിഗ്ഗെടുത്ത് കുമാരിയെ എറിയുകയായി ആന്റണി.

"നീയാരെടി ഇതു കണ്ടു ചിരിക്കാൻ!"

കുമാരിയെക്കൊണ്ട് പരസ്യമായി മാപ്പു പറയിച്ചേ അദ്ദേഹം അടങ്ങിയുള്ളൂ. രണ്ടിടങ്ങഴിയുടെ ഷൂട്ടിങ്ങിനിടയിലായിരുന്നു ഈ സംഭവം.

"ആ പടത്തിൽ വില്ലനായിരുന്നല്ലോ. റേപ്പ് വിദഗ്ധൻ!"

അത് പറഞ്ഞപ്പോൾ ജോസ്പ്രകാശ് ആ സിനിമാ ഷൂട്ടിങ്ങിനിടയിലെ മറ്റൊരു സംഭവം ഓർത്തെടുത്തു. എന്നത്തേയും റേപ്പ് വീരന്റെ ഒരു സിനിമാ റേപ്പ് കഥ.

മിസ് കുമാരി പുലയിയാണ്. കൊട്ടാരക്കര പ്രധാന വില്ലൻ. കൊട്ടാരക്കരയുടെ മകനായി ജോസ്പ്രകാശ്. ജോസ്പ്രകാശും വില്ലൻ. ഹാസ്യനടൻ വാണക്കുറ്റിയാണ് കൂട്ട്. കള്ള് വാങ്ങിച്ചു തരികയും മറ്റും.

മിസ് കുമാരിയെ റേപ്പു ചെയ്യാൻ വാണക്കുറ്റിയെയും കൂട്ടിപ്പോകുന്നു.

ആ പ്രത്യേക സീൻ എടുക്കുമ്പോൾ സുബ്രഹ്മണ്യം മിസ് കുമാരിയെ 'അങ്ങനെ പിടിക്കണം', 'ഇങ്ങനെ പിടിക്കണം' 'ഈ മട്ടിൽ ചെയ്യണം' എന്നെല്ലാം നിർദ്ദേശങ്ങൾ നല്കുകയാണ്. ഒടുവിൽ

കുമാരി ബോധം കെട്ടു വീഴണം. പ്രേക്ഷകർക്ക് ബോധ്യപ്പെടുംവിധ മാവണം പർഫോമൻസ്.

സെറ്റിട്ട പുലയക്കുടിയിലായിരുന്നു ഷൂട്ടിങ്ങ്. എന്തോ, ആ രംഗ ചിത്രീകരണത്തിൽ ജോസ് പ്രകാശിന് ഒരു പന്തിയില്ലായ്ക. ആൾ കോട്ടയത്തുകാരനാണ്, കുട്ടനാടിനടുത്ത്. അവിടെ ഒരു പുലയിയെ കേറിപ്പിടിച്ചാൽ അവളങ്ങനെ ചുമ്മാ നിന്ന് ബോധം കെട്ടുകൊടു ക്കുമോ? കേട്ട അനുഭവങ്ങളൊന്നും അങ്ങനെയല്ല.

'ഹിന്ദുസ്ഥാൻ മൈനറി'ൽ താമസസ്ഥലത്തേക്കു മടങ്ങുമ്പോൾ സഹയാത്രികരോട് ഈ സന്ദേഹം പങ്കിടുക തന്നെ ചെയ്തു.

"എന്താ തോമാച്ചാ, ഈ എടുത്തിരിക്കുന്നത്? അവർ റസിസ്റ്റ് ചെയ്യണ്ടേ? രംഗത്തിന് ഒരു സ്വാഭാവികതയില്ലാതെപോയില്ലേ?"

വിവരം സുബ്രഹ്മണ്യത്തിന്റെ ചെവിയിലെത്തി. അദ്ദേഹം ഉടനെ ജോസ്പ്രകാശിനെ വിളിപ്പിച്ചു.

"ആ റേപ്പ്സീൻ ശരിയായില്ലെന്ന് പറഞ്ഞതായി കേട്ടല്ലോ.."

ജോസ്പ്രകാശ് നിന്നു പരുങ്ങി.

"അത്... അത്... ഞാൻ ഒരഭിപ്രായം.."

"എന്തഭിപ്രായം?"

ഒടുവിൽ അദ്ദേഹം കാര്യം പറയേണ്ടിവന്നു.

സുബ്രഹ്മണ്യം ഉടനെ ഫോണെടുത്തു.

"ആ പുലയക്കുടിലിന്റെ സെറ്റ് പൊളിച്ചോ? ശരി.. അതു പൊളിക്കണ്ട.. ആ സീൻ റീഷൂട്ട് ചെയ്യുകയാണ്."

അപ്പുറത്ത് ആർട്ട് ഡയറക്ടറാണെന്നു മനസ്സിലായി.

ജോസ്പ്രകാശ് ഉറപ്പിച്ചു: ഞാൻ പറഞ്ഞത് അങ്ങേർക്ക് രസിച്ചിട്ടില്ല. എന്റെ കാര്യം പോക്കുതന്നെ. എനിക്കു പകരം മറ്റാരെയോ ഇട്ട് റീഷൂട്ട് ചെയ്യുകയാണ്.

പക്ഷേ ഉണ്ടായത് മറിച്ച്.

പിടിക്കുമ്പോഴേക്ക് മിസ് കുമാരി ബോധം കെട്ടുവീഴുന്നതായി രുന്നല്ലോ ആദ്യത്തെ ഷൂട്ട്. റീഷൂട്ട് ചെയ്തപ്പോൾ അവൾ അരിവാ ളെടുത്ത് ചെറുക്കുന്ന രീതിയിലായി.

സുബ്രഹ്മണ്യം പറഞ്ഞു: "ജോസ് പ്രകാശ് പറഞ്ഞതാണ് ശരി. എന്റെ ആലോചന അത്രയ്ക്കു പോയില്ല."

'റേപ്പുസീനുകൾ' കുടുംബത്തിലുണ്ടാക്കിയ പൊല്ലാപ്പ് ചില്ല റയല്ല. 'വെളുത്ത കത്രീന'യിൽ ഷീലയെ ബലാൽസംഗം ചെയ്യുന്നുണ്ടായിരുന്നു. അതു കണ്ടപ്പോൾ ഭാര്യ മുഖം വീർപ്പിച്ചു. വേണ്ട, ഇത്തരം രംഗങ്ങളിൽ ഇനി അഭിനയിക്കേണ്ട... ഭാര്യയുടെ നിലപാട് കർശനം.

"ഇതൊക്കെ രണ്ടായെടുത്ത് വെട്ടി ഒട്ടിക്കുന്നതാ.." തത്ക്കാലം അവരെ സമാധാനിപ്പിച്ചു. പിന്നെ സേലത്തു കൊണ്ടുപോയി ഷൂട്ടിങ്ങ് നേരിട്ടു കാണിച്ചു കൊടുത്തു.

"എത്ര പേർ ലൊക്കേഷനിലുണ്ട്, കണ്ടില്ലേ? ഇവരുടെയെല്ലാം മുന്നിൽ വച്ചല്ലേ എല്ലാ സീനുമെടുക്കുന്നത്?"

ഭാര്യയ്ക്കാശ്വാസം. ജോസ്പ്രകാശിന് മനസ്സമാധാനം.

■

അഞ്ച്

ആർ. കാര്യാട്ടിനെ അദ്ദേഹം എനിക്കു പരിചയപ്പെടുത്തിത്തന്നതെന്തിന്?

പരമേശ്വരൻ നായർ സ്വന്തം ജ്യേഷ്ഠസഹോദരന്റെ മകൾക്കിട്ട പേര്: ശോഭന. വർഷങ്ങൾക്കുശേഷം സ്വന്തമായി ഒരു ഫോട്ടോ സ്റ്റുഡിയോ തുടങ്ങിയപ്പോൾ അതിനിടുന്ന പേര് ഈ സഹോദര പുത്രിയുടേത്: ശോഭന. സ്റ്റുഡിയോവിന്റെ പേരിലൂടെ പരമേശ്വരൻനായർ ശോഭനാപരമേശ്വരൻനായരായി. നിണമണിഞ്ഞ കാല്പ്പാടുകൾ, മുറപ്പെണ്ണ്, നഗരമേ നന്ദി, കള്ളിച്ചെല്ലമ്മ, അഭയം, പൂജക്കെടുക്കാത്ത പൂക്കൾ, തുലാവർഷം, നൃത്തശാല തുടങ്ങി നിർമ്മിച്ച ചിത്രങ്ങളുടെ എണ്ണം പതിനഞ്ചോളം. തുലാവർഷം എന്ന ചിത്രത്തിലൂടെ ശ്രീദേവിയെ അവതരിപ്പിച്ചു. ആദ്യം നവരത്നഫിലിംസിന്റെ പാർട്ണർ. പിന്നെ രൂപവാണി എന്ന നിർമ്മാണക്കമ്പനി ഉടമ.

ചിറയിൻകീഴുകാരനായ പരമു തൃശൂരിലെത്തി സ്റ്റുഡിയോവും സിനിമാനിർമ്മാണവും തുടങ്ങിയതിനു പിന്നിൽ ഒരു കഥയുണ്ട് – കുറേ 'നിമിത്തങ്ങളു'ടെ കഥ.

മനസ്സിൽ നിറയെ സിനിമാമോഹങ്ങളുമായി, പ്രേംനസീറിന്റെ ക്ലാസ്മേറ്റായ പരമു മദ്രാസിലെത്തുന്നു. ഫോട്ടോഗ്രാഫി പഠിക്കുകയായിരുന്നു ഉദ്ദേശ്യം. പക്ഷേ അവിടെ എത്തിയത് തെറ്റായ ഒരു സമയത്തായിപ്പോയി. രണ്ടാം ലോകമഹായുദ്ധം കഴിഞ്ഞ ഉടനെയുള്ള ഒരു 'അനിശ്ചിതത്വ'മായിരുന്നു എവിടെയും. സ്റ്റുഡിയോ സെറ്റപ്പൊന്നും ആയിരുന്നില്ല. പി.എൻ. റായ് എന്ന നല്ലൊരു ക്യാമറാമാനെ മദ്രാസിൽ വച്ച് അവിടെയുള്ള കസിൻ പരിചയപ്പെടുത്തിയിരുന്നു. 'സമയമായാൽ അറിയിക്കാം' എന്നദ്ദേഹം ഉറപ്പു കൊടുത്തു. അങ്ങനെ ചിറയിൻകീഴിലേക്കു തന്നെ മടങ്ങിപ്പോന്നു.

മദ്രാസിൽ നിന്ന് എന്തെങ്കിലും അറിയിപ്പു കിട്ടുമെന്നു പ്രതീക്ഷിച്ചു, ഒന്നും വന്നില്ല. തുടർന്ന് തിരുനെൽവേലിയിൽ ദന്തി

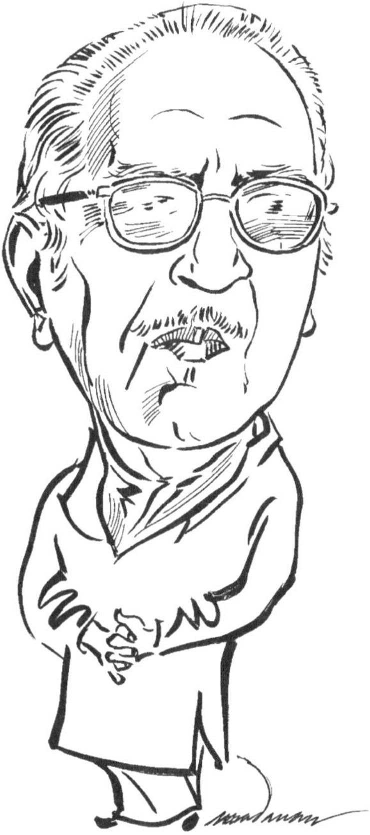

സ്റ്റായ മൂത്ത ജ്യേഷ്ഠൻ ഡോ.കെ.സി.പിള്ളയുടെ അടുത്തു പോയി. ജ്യേഷ്ഠന്റെ കടുത്ത നിയന്ത്രണമുണ്ടായിരുന്നു അവിടെ. അത്യാവശ്യം വൈകീട്ട് നടക്കാനിറങ്ങാം എന്നൊരു സ്വാതന്ത്ര്യമേയുള്ളൂ. അതും റൂട്ടൊക്കെ അദ്ദേഹം നിർദ്ദേശിച്ചുകൊടുക്കും.

തിരുനെൽവേലിയിൽ ഒരു 'മാരാർ സ്റ്റുഡിയോ' ഉണ്ട്. ഏട്ടന്റെ സുഹൃത്താണ് മാരാർ. അവിടെ പോകുന്നത് ഏട്ടന് പ്രശ്നമല്ല. ഫോട്ടോഗ്രാഫിയിലുള്ള അനിയന്റെ കമ്പം അറിയാവുന്നതുകൊണ്ടാവാം അവിടെ കേറണം എന്നു പറഞ്ഞിട്ടുണ്ട്. അനിയൻ നടത്തം കഴിഞ്ഞെത്തിയശേഷം ഏട്ടനും നടക്കാനിറങ്ങുമായിരുന്നു. ഏട്ടനും

സ്റ്റുഡിയോവിൽ കേറും. സ്വാഭാവികമായും പരമുവിനെക്കുറിച്ച് അവർ സംസാരിക്കുന്നുണ്ടാവണം.

സ്റ്റുഡിയോവിലെത്തിയാൽ അവിടുത്തെ കാര്യങ്ങളൊക്കെ ശ്രദ്ധാപൂർവ്വം കാണും. തമിഴന്മാർ ഫോട്ടോ എടുക്കാൻ ഒരുത്സവം പോലെയാണ് വരിക. മൂന്നു കാലു വച്ചുള്ളതാണ് ക്യാമറ. കറുത്ത തുണിയിട്ട് ഫോക്കസ് ചെയ്യും.

മാരാർ ഫോക്കസ് ചെയ്യാൻ പരമുവിനോട് പറയും. അതനുസരിക്കും. ആദ്യം ഫോക്കസ് ചെയ്തപ്പോൾത്തന്നെ അതങ്ങേറ്റു. സത്യത്തിൽ അങ്ങനെയൊരു സംഗതി ആദ്യം ചെയ്യുകയായിരുന്നു.

"മുമ്പ് എക്സ്പീര്യൻസുണ്ടോ?"

'കൈവഴക്കം' കണ്ട് മാരാർ ചോദിച്ചു. 'ഇല്ലെ'ന്ന് നേരു പറഞ്ഞു. ക്രമേണ ഫോട്ടോ എടുക്കാൻ അവസരം നല്കി.

രണ്ടു മാസം കഴിഞ്ഞു. മാരാരുമായി ചർച്ചചെയ്തശേഷമാവാം, ആ സ്റ്റുഡിയോവിൽത്തന്നെ പോയി വർക്ക് ചെയ്യാൻ ഏട്ടൻ പറഞ്ഞു. കാലത്ത് വന്ന് വൈകീട്ട് പോകാമെന്ന് മാരാരും.

അങ്ങനെ ഫോട്ടോ ഫോക്കസ് ചെയ്ത്, ഡവലപ്പ് ചെയ്ത്, ടച്ച് ചെയ്ത് പ്രിന്റെടുക്കുന്നതെല്ലാം തനിയെ ചെയ്യാമെന്നായി.

സിനിമയിലൊക്കെ പോയാൽ ഏതുകാലത്ത് ശരിയാവും എന്നറിയില്ല, തത്ക്കാലം ഒരു സ്റ്റുഡിയോ ഇടാം എന്നായി ഏട്ടൻ. മാരാറുടെ അഭിപ്രായവുമതുതന്നെ. തിരുനെൽവേലിയിൽത്തന്നെ അതാവാം എന്നു മാരാർ പറഞ്ഞെങ്കിലും പരമുവിന് താത്പര്യം തോന്നിയില്ല. അവിടെയാകുമ്പോൾ ഒരേ ടൈപ്പ് സാധനങ്ങൾ തന്നെ ചെയ്യണം. മറ്റു സാധ്യതകളൊന്നുമില്ല. അതിനാൽ കേരളത്തിലെവിടെയെങ്കിലും മതി എന്നു വാശി പിടിച്ചു. അങ്ങനെയാണ് തൃശൂരിലെത്തുന്നത്.

ആദ്യമായി തൃശൂരിൽ വരികയായിരുന്നു. ഏട്ടന്റെ ഭാര്യവീട് തൃശൂരിനടുത്താണ് എന്നുമാത്രമറിയാം. 1951 ലാണ് സംഭവം. വഴിയിൽവച്ചു പരിചയപ്പെട്ട ആളോട് ഉദ്ദേശ്യം പറഞ്ഞു. ഹൈവേ റോഡിൽ ഒരു സ്ഥലമുണ്ടെന്ന് അദ്ദേഹം. അതു നോക്കി, ശോഭനാ സ്റ്റുഡിയോവുമിട്ടു – അത്രതന്നെ.

"സ്റ്റുഡിയോ തുടങ്ങുമ്പോൾ ദുഃഖമായിരുന്നു. എന്റെ സ്വപ്നം നഷ്ടപ്പെടുകയാണ്. എനിക്ക് പറഞ്ഞിട്ടുള്ളത് ഇതാവും. ഞാൻ സമാധാനിച്ചു"

എൺപതാം വയസ്സിലെത്തിയ ശോഭനാപരമേശ്വരൻനായർ ഗതകാലത്തിലേക്ക് ഊളിയിടുകയായിരുന്നു.

തൃശൂരിൽ സംഗീതനാടക അക്കാദമിക്കു സമീപമുള്ള അദ്ദേഹത്തിന്റെ 'ഗൗരിപ്രിയ' എന്ന വീട്ടിലായിരുന്നു ഞങ്ങൾ. കണ്ടയുടനെ കോഴിക്കോടൻ സൗഹൃദങ്ങളെക്കുറിച്ച് പറഞ്ഞായിരുന്നു സംഭാഷണം തുടങ്ങിയത്. എസ്.കെ., ഉറൂബ്, ബഷീർ, എം.ടി., എൻ.പി., തിക്കോടിയൻ....

"ഇവരെയൊക്കെ കാണുമ്പോൾത്തന്നെ ഒരു വലിയ ബന്ധം ഫീൽ ചെയ്യും" - അദ്ദേഹം പറഞ്ഞു. കൂട്ടത്തിൽ തിക്കോടിയന്റെ ഒരു തമാശയും ഓർമ്മിച്ചു. കോഴിക്കോട്ട് ചെന്നാൽ തിക്കോടിയൻ പറയും: "ഇവിടെ നിന്ന് ചീത്തയാകരുത്. വേഗം പൊയ്ക്കോ..." 'ബഷീർ സദസ്സുകളി'ലുണ്ടാവാറുള്ള തമാശകളുടെ ഒരു തമാശയും അദ്ദേഹം പറഞ്ഞു: "കൂട്ടത്തിൽ ആരെങ്കിലും ഒരു വിറ്റടിച്ചാൽ ബഷീർ ചിരിക്കില്ല... അതിന് ഒരു വിശദീകരണവുമുണ്ട്. "ഇത് 50-ാം പ്രാവശ്യം കേൾക്കുന്നതാ!"

തെല്ലുനേരം മൗനത്തിലാണ്ടശേഷം ശോഭനാപരമേശ്വരൻ നായർ വിഷാദത്തോടെ കൂട്ടിച്ചേർത്തു: "ഇന്നിപ്പോൾ ആ പഴയ ടീമിൽ എം.ടി മാത്രമുണ്ട്..."

ആട്ടെ, 'ശോഭനാ സ്റ്റുഡിയോ' തുടങ്ങിയതാണല്ലോ പറഞ്ഞുവന്നത്. സ്റ്റുഡിയോവിൽത്തന്നെയായിരുന്നു താമസം. കുളിക്കാനുള്ള സൗകര്യമൊന്നുമില്ല. പാറമേക്കാവ് അമ്പലത്തിലായിരുന്നു കുളി.

ആയിടയ്ക്ക് നാട്ടുകാരനായ ഒരു എൻ.സി.പിള്ള പരമുവിനെ അന്വേഷിച്ചെത്തി. കലാരസികനും നല്ല വായനക്കാരനുമായ പിള്ള പഴയ മിലിട്ടറിയാണ്.

"ചെല്ലപ്പൻ എങ്ങനെ ഇവിടെയെത്തി?"

"കോയമ്പത്തൂരിൽനിന്ന് വരികയാണ്. അവിടെ 'പക്ഷിരാജ' എന്ന പേരിൽ ഒരു സ്റ്റുഡിയോ ഉണ്ട്. പക്ഷിരാജയിൽ ഒരു ഹിന്ദി പടം മലയാളത്തിലേക്ക് ഡബ്ബ് ചെയ്യുന്നു. മുൻഷി പരമുപ്പിള്ളയാണ് ട്രാൻസിലേഷൻ. ഡബ്ബ് ചെയ്യാൻ ഇന്റർവ്യൂവിന് വിളിച്ചു. ടെസ്റ്റെടുത്തു. ഒരാഴ്ചയ്ക്കകം ലറ്റർ അയക്കാമെന്നാണ് പറഞ്ഞിരിക്കുന്നത്. അവിടുന്ന് ചിറയിൻകീഴിൽ പോകുന്നതിനേക്കാൾ ഇവിടെ വരുന്നതാണ് നല്ലതെന്ന് തോന്നി. ഈ സ്റ്റുഡിയോ അഡ്രസ്സാണ് അവിടെ കൊടുത്തത്."

താൻ ഒരു സിനിമാക്കാരനാകാനാഗ്രഹിച്ചു, നടന്നില്ല – തന്റെ നാട്ടുകാരനെങ്കിലും അതായല്ലോ എന്ന സന്തോഷമായിരുന്നു പരമുവിന്.

രാത്രി അതിഥിയോടൊപ്പം ഭക്ഷണം കഴിക്കാനിറങ്ങി. ജോസ് തിയേറ്ററിനടുത്ത് 'സിനിമാ കഫേ' എന്ന ഹോട്ടലുണ്ട്. അതിന്റെ മുമ്പിൽ രണ്ടു ചെറുപ്പക്കാർ സംസാരിച്ചുനില്ക്കുന്നു. അവരെ കണ്ടതും ചെല്ലപ്പൻപിള്ള അങ്ങോട്ടോടി.

"നിങ്ങളിവിടെ എപ്പൊ എത്തി?"

രണ്ടു സുഹൃത്തുക്കളെ അവിചാരിതമായി കണ്ടുമുട്ടിയ ആഹ്ലാദാത്ഭുതങ്ങളോടെ പിള്ള ചോദിച്ചു. പിന്നെ രണ്ടുപേരേയും പരമുവിന് പരിചയപ്പെടുത്തി.

"ഇത് ആർ. കാര്യാട്ട്. ഇവിടെ അടുത്ത് ഏങ്ങണ്ടിയൂരിലാണ്. 'സൗണ്ട്' എന്ന പേരിൽ ഒരു സിനിമാമന്ത്‌ലിയൊക്കെ നടത്തുന്നുണ്ട്.... ഇത് എ.സി.ജോർജ്ജ് – ഇരിഞ്ഞാലക്കുടക്കാരൻ... ഇൻഷൂറൻസ് ഏജന്റാണ്. ഇവരും കോയമ്പത്തൂരിൽ വോയിസ് ടെസ്റ്റിനുണ്ടായിരുന്നു"

പില്ക്കാലത്തെ രാമുകാര്യാട്ടായിരുന്നു ഈ ആർ.കാര്യാട്ട്. കുറേ നല്ല ചെറിയ കഥകളിലൂടെ പിന്നീട് ശ്രദ്ധേയനായിത്തീർന്ന എ.സി. സാബുവിന്റെ ചേട്ടനാണ് എ.സി.ജോർജ്ജ്.

നാളെ വീണ്ടും കാണാമെന്നു പറഞ്ഞാണ് കാര്യാട്ട് പിരിഞ്ഞത്. പറഞ്ഞതുപോലെ പിറ്റേന്നുതന്നെ അദ്ദേഹം വന്നു.

സിനിമ സ്വന്തമായി സംവിധാനം ചെയ്യാനുള്ള പരിശ്രമങ്ങളിലാണ് കാര്യാട്ടെന്ന് മനസ്സിലായി. ഒരുപാട് എഴുത്തുകാരുമായി പരിചയമുണ്ട്. പക്ഷേ പടം പ്രൊഡ്യൂസ് ചെയ്യാൻ പണമുള്ള ഒരാളെ കിട്ടണമല്ലോ. കാര്യാട്ടിന്റെ അയൽപക്കത്തെ വീട്ടിൽനിന്നു കല്യാണം കഴിച്ച ഒരു ടി.കെ. പരീക്കുട്ടിയുണ്ട്. ചന്ദ്രതാരാ ഡിസ്ട്രിബ്യൂഷൻസ് അദ്ദേഹത്തിന്റേതാണ്. കൊച്ചിയിലേക്ക് ചെല്ലാൻ പറഞ്ഞിട്ടുണ്ട്.

കൊച്ചിയിൽ പോയി പരീക്കുട്ടിയെ കണ്ട കാര്യാട്ട് ഏറെ പ്രതീക്ഷകളോടെയാണ് തിരിച്ചെത്തിയത്. "നാൽവർ എന്നൊരു തമിഴ് പടം വിതരണത്തിനെടുത്തിട്ടുണ്ട്. അതു വിജയിച്ചാൽ പടം ഞാൻ പ്രൊഡ്യൂസ് ചെയ്യാം. രാമു ഡയറക്ട് ചെയ്തോ..." – പരീക്കുട്ടി പറഞ്ഞു.

'നാൽവർ' വിജയിച്ചു. പരീക്കുട്ടി വാക്കു പാലിച്ചു. അങ്ങനെയാണ് രാമുകാര്യാട്ട് 'നീലക്കുയിൽ' എടുക്കുന്നത്.

നീലക്കുയിലിന്റെ സ്റ്റിൽ ഫോട്ടോഗ്രാഫർ ശോഭനാപരമേശ്വരൻ നായരായിരുന്നു. രാരിച്ചൻ എന്ന പൗരനിലും, മൂടുപടത്തിലും, മിന്നാമിനുങ്ങിലും പിന്നീടദ്ദേഹം സ്റ്റിൽ ഫോട്ടോഗ്രാഫറായി. ഇതിനിടയിലെവിടെയോ വച്ചാണ് സ്വന്തമായി ഒരു പടം നിർമ്മിക്കാനുള്ള ആഗ്രഹം മൊട്ടിട്ടത്. രാമുകാര്യാട്ട് വഴി ഭാസ്ക്കരൻമാഷുമായും കോഴിക്കോടൻ സാഹിത്യകാരന്മാരുമായുമൊക്കെയുണ്ടായ അടുപ്പവും വായനാസമ്പത്തും ഇതിനു പിൻബലമായുണ്ടായിരുന്നു. അങ്ങനെ നവരത്നഫിലിംസിന്റെ ബാനറിൽ ആദ്യമായി 'നിണമണിഞ്ഞ കാല്പാടുകൾ' നിർമ്മിച്ചുകൊണ്ട് അദ്ദേഹം സിനിമാപ്രവേശം നടത്തി.

"ആലോചിക്കുമ്പോൾ അത്ഭുതമാണ്. ചിറയിൻകീഴുകാരനായ ഞാൻ തിരുനെൽവേലി വഴി തൃശൂരിൽ എത്തപ്പെട്ടതെന്തിന്? എന്റെ നാട്ടുകാരനായ ചങ്ങാതി എന്നെ അവിടെ തേടിവന്നതെന്തിന്? ആർ.കാര്യാട്ടിനെ അദ്ദേഹം എനിക്കു പരിചയപ്പെടുത്തിയതെന്തിന്? എല്ലാം നിമിത്തങ്ങളായിരുന്നു."

■

* 2009 മെയ് 20 ന് ശോഭനാപരമേശ്വരൻ നായർ അന്തരിച്ചു

ആറ്

ശാരദയുടെ മുഖം മങ്ങിമങ്ങിയങ്ങനെ....

അപ്പോൾ വിൻസന്റ് മാസ്റ്ററുടെ കൺമുമ്പിൽ നിറഞ്ഞു നിന്നത് ശാരദയുടെ മുഖം. അതു പൂർണ്ണമായിത്തന്നെ, ആ മുഖത്തിന്റെ എല്ലാ ശബളിമയോടും കൂടി. പതുക്കെപ്പതുക്കെ അതു മങ്ങാൻ തുടങ്ങി. മങ്ങി മങ്ങിയങ്ങനെ... ഒടുവിൽ അതൊരു ബിന്ദുവായി.. ആ ബിന്ദുവും മായുകയാണ്.

മരണത്തിന്റെ വക്കിൽ നിന്ന് ഒരു സിനിമാഷൂട്ടിങ്ങിനിടെ അത്ഭുതകരമാംവിധം രക്ഷപ്പെട്ട കഥ പറയുകയായിരുന്നു എ.വിൻസന്റ് - അലോഷ്യസ് വിൻസന്റ്. ക്യാമറാമാൻ എന്ന നിലയിലും സംവിധായകൻ എന്ന നിലയിലും ഒരു കാലഘട്ടത്തിൽ അദ്വിതീയനായിരുന്നു ഈ എഴുപത്തൊമ്പതുകാരൻ.

ചെന്നൈയിലെ ലോദിക്കാൻ സ്ട്രീറ്റിലെ നമ്പർ 6 വസതിയിലിരുന്ന് ഭാർഗ്ഗവീനിലയത്തിന്റെയും മുറപ്പെണ്ണിന്റെയും നദിയുടെയും ത്രിവേണിയുടെയും ഗന്ധർവ്വക്ഷേത്രത്തിന്റെയും ശില്പി പഴയ കഥകൾ അയവിറക്കുകയാണ്. കോഴിക്കോട് മലബാർ ക്രിസ്ത്യൻ കോളേജിൽ നിന്ന് സീനിയർ ഇന്റർമീഡിയേറ്റ് കഴിഞ്ഞ് മദ്രാസിലെ ജമിനിയിൽ ക്യാമറ അസിസ്റ്റന്റായി ചേരുന്നതു മുതല്ക്കുള്ള കഥകൾ.... അതിനുമുമ്പ് കോഴിക്കോട് ആകാശവാണിയിൽ സന്ദർശകനായി പോകുമ്പോൾ കെ.രാഘവൻ, പി.ഭാസ്ക്കരൻ, ടി.ദാമോദരൻ മുതലായവരുമായുള്ള സൗഹൃദത്തിന്റെ കഥകൾ.

ഏറ്റെടുക്കുന്ന ജോലി കൃത്യമായും കണിശമായും ചെയ്യണമെന്ന് നിർബന്ധക്കാരനാണ് വിൻസന്റ് മാസ്റ്റർ. ക്യാമറാമാൻ എന്ന നിലയിൽ അദ്ദേഹം പണ്ടേ പേരാർജ്ജിച്ചിരുന്നു. 'വിൻസന്റ് സാറാണ് ക്യാമറാമാനെങ്കിൽ അവസരം തരാം' എന്ന് പുതിയ സംവിധായകരോട് നിർമ്മാതാക്കൾ പറയുംവിധം ശ്രദ്ധേയനായി

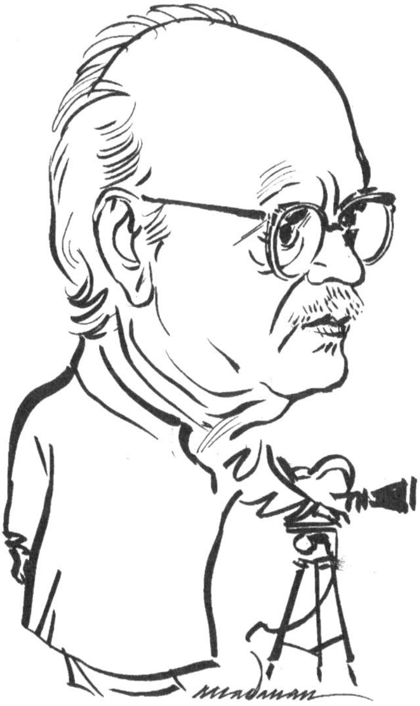

രുന്നു അദ്ദേഹം. മൂടുപടത്തിലും മുടിയനായ പുത്രനിലും നീല ക്കുയിലിലും പിന്നെ എത്രയോ തമിഴ് ചിത്രങ്ങളിലും ക്യാമറചെയ്ത അദ്ദേഹം മുറപ്പെണ്ണിൽ ക്യാമറാമാൻ മാത്രമല്ല, സംവിധായകൻ കൂടി യായിരുന്നു. ക്യാമറാമാൻ എന്ന നിലയിൽത്തന്നെ ഒരു വിട്ടു വീഴ്ചയ്ക്കും തയാറില്ലാത്ത ആളാണ്. സംവിധായകന്മാരുമായി ഇതിന്റെ പേരിൽ പിശകുകവരെയുണ്ടായിട്ടുണ്ട്.

മുറപ്പെണ്ണിലേക്കു വരും മുമ്പ് 'പിശകിയ' ഒരു കഥ. പ്രസിദ്ധ മായ ഒരു സിനിമയുടെ ഷൂട്ടിംഗ് നടക്കുന്നു. അതിൽ ഒരു മഴ ക്രിയേറ്റ് ചെയ്യണം. മഴ വ്യക്തമായി കാണുന്ന വിധത്തിൽ വെളിച്ചം ക്രമീക രിക്കണം. വിൻസന്റ് മാസ്റ്റർ അതു ചെയ്യുകയാണ്.

സംവിധായകൻ പറഞ്ഞു: "അതു ശരിയായില്ല, മാറ്റൂ."

തന്റെ ക്യാമറാസെൻസിനോടുള്ള വെല്ലുവിളിയായിത്തോന്നി അദ്ദേഹത്തിനത്. ന്യായമല്ലാത്ത ഒരൊത്തുതീർപ്പിനും തയ്യാറല്ലാത്ത അദ്ദേഹം സ്ഥലം വിടാൻ താമസമുണ്ടായില്ല.

ആ പടത്തിലെ നായകനും നായികയും സ്റ്റുഡിയോ ഗേറ്റുവരെ മാസ്റ്ററുടെ പിന്നാലെ ചെന്നു. ഒത്തിരി ദൂരത്തായിരുന്നു ആ ഗേറ്റ്.

"വിൻസന്റ് പുവ്വാണെങ്കിൽ ഞങ്ങളും പൂവ്വാണ്."

അവർ പറഞ്ഞു. ഏതായാലും സ്വന്തം കാഴ്ചപ്പാടിൽ ശരിയെന്നു തോന്നിയവിധം കാര്യങ്ങൾ എത്തിയശേഷമേ ആ പടവുമായി അദ്ദേഹം സഹകരിച്ചുള്ളൂ. അതിനുശേഷം മലയാള ചിത്രങ്ങളിൽ സഹകരിക്കുകയുമുണ്ടായിട്ടില്ല. പക്ഷേ ചെയ്തേടത്തോളം കൊണ്ട് വലിയ സംഭാവനകളാണ് നല്കിയത്. മലയാളത്തിൽ ആദ്യം ക്രെയിൻ ഇൻട്രഡ്യൂസ് ചെയ്തു, നീലക്കുയിലിൽ. ഹാൻഡ് ഓപ്പറേറ്റഡ് ക്യാമറ മുടിയനായ പുത്രനിൽ. ഇവയുടെ ഉപയോഗം കൊണ്ട് സീനുകളിലുണ്ടായ 'മറിമായങ്ങൾ' ക്യാമറയുടെ കുഴപ്പം കൊണ്ടാണെന്നു ധരിച്ച പ്രേക്ഷകരുണ്ടായിരുന്നുവെന്നുള്ളത് മറ്റൊരു കഥ.

ഏതായാലും ക്യാമറകൊണ്ട് ചരിത്രമുണ്ടാക്കിയ ക്യാമറാമാൻ ഡയറക്ടർ കൂടിയായാൽ എന്തു സംഭവിക്കും? മരണം നേരിൽ കാണേണ്ടിവന്നത് ആ അർപ്പണമനോഭാവത്തിന്റെ പേരിലാണ്.

മുറപ്പെണ്ണു സംവിധാനം ചെയ്യുമ്പോഴായിരുന്നു ആ സംഭവം. 'റെഡിഫോർ ടേക്ക്' പറഞ്ഞ സമയം. ശാരദയുടെ സൈഡിലേക്കുള്ള ഒരു മൂവ്മെന്റാണ് ചിത്രീകരിക്കുന്നത്. ഒരു ഭാഗത്ത് ലൈറ്റിങ്ങ് വേണ്ടത്ര തൃപ്തികരമല്ലെന്നു തോന്നി. പിന്നെ തീരെ വൈകിയില്ല. ഓടിച്ചെന്ന് ലൈറ്റ് അഡ്ജസ്റ്റ് ചെയ്യാൻ ഫ്ളഡ്ലൈറ്റ്സിന്റെ U ബ്രായ്ക്കറ്റിൽ പിടിച്ചു. ലൈറ്റിന്റെ ബോഡിയിൽ ലീക്കുണ്ടായിരുന്നിരിക്കണം. പിന്നെന്തു പറയാൻ? രണ്ട് ലൈറ്റ്സും ചേർത്തുള്ള ആ എത്തിപ്പിടുത്തത്തിൽ ശരീരത്തിൽ ഷോക്കടിച്ചു. രണ്ടു ടെർമിനലിൽ നിന്നുള്ള കറന്റ് 440! ആ സ്ഥിതി ഓന്നോർത്തു നോക്കൂ!

ശാരദയുടെ ഷോട്ട്. കണ്ണിൽ അവസാനം നിന്ന രൂപം ശാരദയുടേത്. മാഞ്ഞുമാഞ്ഞ് അതു കേന്ദ്രബിന്ദുവായി. അതും അണഞ്ഞു.

ആരോ ബുദ്ധിപൂർവ്വം കറന്റ് ഓഫാക്കിയിരിക്കണം. പിന്നെ എണീറ്റോടുന്നതാണ് ഓർമ്മയിൽ. എല്ലാവരും അന്തംവിട്ടു നില്ക്കുകയാണ്.

ഇന്നും ഇതാലോചിക്കുമ്പോൾ വിൻസന്റിന്റെ മനസ്സിലൊരു പിടച്ചിൽ.

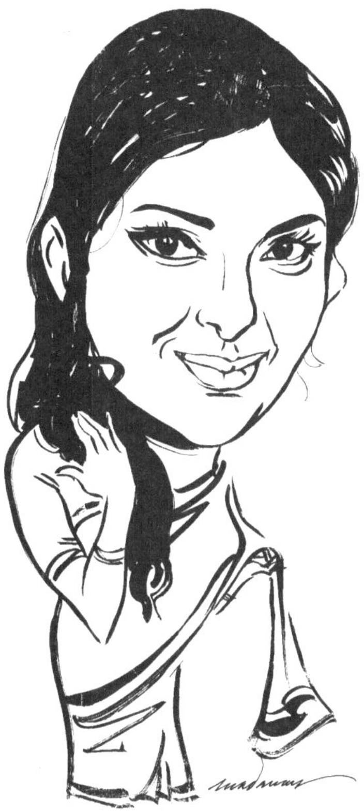

സിനിമയിൽ 'ഇങ്ങനെ വേണം' 'അങ്ങനെ വേണം' എന്നു പറയാനുള്ള അവകാശം സംവിധായകനാണെന്ന് അലോഷ്യസ് വിൻസന്റ് വിശ്വസിക്കുന്നു. അതു മറ്റുള്ളവരുടെ കഴിവുകൾ കൂടി അംഗീകരിച്ചുകൊണ്ടായിരിക്കണമെന്നുമാത്രം. അത്തരത്തിലേ അദ്ദേഹം സിനിമയെടുത്തിട്ടുള്ളൂ. തിരക്കഥയിലും അദ്ദേഹം ആവശ്യത്തിനു സ്വാതന്ത്ര്യമെടുക്കാറുണ്ട്.

വന്നുവന്ന് വിൻസന്റിന്റെ എഴുത്തുകാരുമായുള്ള ബന്ധമായി ഞങ്ങളുടെ വിഷയം.

ബഷീറുമൊത്തുള്ള വിൻസന്റിന്റെ ദിവസങ്ങൾ രസകരമാണ്. കാണുന്നതിനു മുമ്പ് ബഷീറുമായി വായനയിലൂടെ പരിചയമുണ്ടായിരുന്നു.

ഭാർഗ്ഗവീനിലയമാണല്ലോ അദ്ദേഹത്തിന്റെ ബഷീർചിത്രം. മനസ്സിന്റെ താളം തെറ്റി, തൃശൂരിൽ ചികിത്സ കഴിഞ്ഞ് ബഷീർ വീട്ടിൽ വിശ്രമിക്കുകയായിരുന്നു. അവിടുന്നാണ് അദ്ദേഹത്തെ മദ്രാസിലേക്കു കൊണ്ടുവരുന്നത്.

നീലവെളിച്ചം എന്ന കഥയിൽ നിന്നു വികസിപ്പിച്ച സ്ക്രിപ്റ്റായിരുന്നു മുമ്പിൽ. ഇതു വായിച്ച് ചർച്ചചെയ്തുണ്ടാക്കിയ പുതിയ സ്ക്രിപ്റ്റാണ് ഭാർഗ്ഗവീനിലയത്തിന്റേത്. തൃശൂരിലെ ചികിത്സയ്ക്കിടയിൽ ഹലൂസിനേഷനിൽ കണ്ട പലതും ബഷീർ പറഞ്ഞിരുന്നു. അതിലൊന്ന് താൻ കൊണ്ടുനടക്കുന്ന കത്തിയുമായി ബന്ധപ്പെട്ടതാണ്. ഭൂതപ്രേതപിശാചുക്കളെ നേരിടാനുള്ളതാണ് ബഷീറിന് കത്തി. ഈ കത്തി സിനിമയിൽ വരുന്നുണ്ട്. അടൂർ ഭാസിയായിരുന്നു ഭാർഗ്ഗവീനിലയത്തിലെ കോമിക്ആക്ടർ (ചെറിയ പരീക്കണ്ണി). അദ്ദേഹത്തിന്റെ വലിയ വയർ പ്രസിദ്ധമാണല്ലോ. ഭാസി കിടന്നുറങ്ങുന്ന സീനിൽ കുടവയർ, ഉയരുകയും താഴുകയും ചെയ്യുന്ന രീതിയിൽ എക്സാജറേറ്റഡായി കാണിച്ചു. എഴുത്തുകാരന്റെ മേശപ്പുറത്തു വച്ച കത്തി പ്രേതശക്തികൊണ്ടെന്ന പോലെ ഉയർന്നുപൊങ്ങി വയറ്റിൽ വീഴുമ്പോൾ ഭാസി 'അയ്യോ' എന്നു പറഞ്ഞ് ഉണരുകയാണ്. പക്ഷേ കത്തി കാണാനില്ല! ഭാർഗ്ഗവീനിലയത്തിന്റെ ചർച്ചയ്ക്കിടയിലാണ് 'മതിലുകളു'ടെ ആശയം ജനിക്കുന്നതെന്നും വിൻസന്റ്മാസ്റ്റർ ഓർക്കുന്നു. മതിലുകൾ എന്ന നോവലിലും സിനിമയിലും ജയിലിന്റെ മതിലിനപ്പുറത്തുമിപ്പുറത്തും നിന്ന് പരസ്പരം കാണാതെ ശബ്ദത്തിലൂടെയാണല്ലോ ഇരുവർക്കിടയിൽ അനുരാഗം ജനിക്കുന്നത്. ഭാർഗ്ഗവീനിലയത്തിൽ ഈ 'മതിൽ' മറ്റൊരു തലത്തിലാണ്. വിജയനിർമ്മല (ഭാർഗ്ഗവി) താമസിക്കുന്ന വീടിന് തൊട്ടപ്പുറത്തെ വാടകവീട്ടിൽ താമസിക്കുകയാണ് ശശികുമാർ (പ്രേംനസീർ). ഇരുവീടുകളെയും വേർതിരിക്കുന്നത് ഒരു മതിലാണ്. 'താമസമെന്തേ വരുവാൻ' എന്ന് പ്രേംനസീർ പാടുമ്പോൾ വിജയനിർമ്മല മതിലിൽ ഏണിവച്ച് കേറിക്കൊണ്ട് ചോദിക്കുന്നു: 'വന്നു. എന്താ വേണ്ടത്?' കാമുകീകാമുകർ പ്രണയലേഖനങ്ങൾ കൈമാറുന്നതും ഈ മതിൽപ്പുറം ഉപയോഗിച്ചാണ്... ഭാർഗ്ഗവീനിലയത്തിന്റെ സ്ക്രിപ്റ്റ് കഴിഞ്ഞശേഷമാണ്, ഏതാണ്ട് അതേ കാലത്തുതന്നെ ബഷീർ മതിലുകൾ എന്ന നോവലെഴുതിയത്.

മദ്രാസിലെ ചന്ദ്രതാരാ ഓഫീസിലായിരുന്നു സിനിമാചർച്ചകൾ. എഴുത്തും കൂട്ടായ്മയുമൊക്കെ രാത്രി പന്തണ്ട്-പന്ത്രണ്ടര വരെ

നീളും. വിൻസന്റ് മാസ്റ്റർ വീട്ടിലേക്കു പോകും. ചിലപ്പോൾ ലഹരിയുടെ നിറവിൽ കട്ടിലിൽ കിടക്കുന്ന ബഷീറിനെ കാലത്ത് വെറും നിലത്താവും കാണുക. ശരിക്കും 'ഫ്രഷാ'യാൽ മാത്രമേ മൂപ്പർ എഴുതാനിരിക്കൂ.

ഷൂട്ടിങ്ങ് സമയത്ത് ബഷീർ ചെന്നിട്ടില്ല.

തോപ്പിൽഭാസിയാണ് തന്റെതന്നെ അശ്വമേധം, തുലാഭാരം തുടങ്ങിയ നാടകങ്ങളുൾപ്പെടെ വിൻസന്റിന്റെ പല പടങ്ങൾക്കും സ്ക്രിപ്റ്റ് ചെയ്തിട്ടുള്ളത്. തോപ്പിൽഭാസിയുടെ 'തുലാഭാരം' കണ്ടതുമുതൽ വിൻസന്റ് അദ്ദേഹത്തിൽ ആകൃഷ്ടനാവുകയായിരുന്നു. എഗ്മൂറിൽ 'വിക്ടോറിയ' ഹോട്ടലിലാണ് അദ്ദേഹം താമസിക്കുക. അവിടുന്നാണ് സ്ക്രിപ്റ്റെഴുത്ത്. ചർച്ച കഴിഞ്ഞാൽ ഉടൻ എഴുത്തൊന്നുമില്ല. മനസ്സിൽ വച്ച് പിറ്റേന്നാവും എഴുതുക. മുട്ടത്തുവർക്കിയുടെ 'പ്രിയമുള്ള സോഫിയ'യും സി.എൽ. ജോസിന്റെ 'ശാപരശ്മി'യും ചെയ്തത് ഭാസിയാണ്.

വൈക്കം ചന്ദ്രശേഖരൻനായരുടെ 'നഖങ്ങൾ' വൈക്കത്തെക്കൊണ്ടുതന്നെ എഴുതിക്കണമെന്നാണ് വിൻസന്റ് ഉദ്ദേശിച്ചിരുന്നത്. വൈക്കം പറഞ്ഞു: "എനിക്കതു ശരിയാവില്ല. മറ്റാരെയെങ്കിലും നോക്കൂ" അങ്ങനെ ഭാസിതന്നെയാണ് അതു ചെയ്തത്.

"ഞാൻ വർക്ക് ചെയ്യുന്ന പടങ്ങളിൽ ഞാനും എഴുത്തുകാരനും മാത്രമേ ചർച്ചകളിലുണ്ടാവൂ" വിൻസന്റ് പറഞ്ഞു. എന്നാൽ എം.ടിയുടെ കാര്യം വിഭിന്നം. മുറപ്പെണ്ണിന്റെ സ്ക്രിപ്റ്റ് എം.ടിയുടേതാണെങ്കിലും അതിന്റെ ചർച്ചകൾ നിർമ്മാതാവായ ശോഭനാപരമേശ്വരൻ നായരുമായിട്ടായിരുന്നു. വല്ലതുമുണ്ടെങ്കിൽ വിൻസന്റ് 'പരമു'വിനോട് പറയും, അദ്ദേഹം എം.ടി.യോടും. നേരിട്ടു ചർച്ചകളേ ഉണ്ടായിട്ടില്ല. താൻ കൈകാര്യം ചെയ്ത സ്ക്രിപ്റ്റുകളിൽ ഏറ്റവും കൂടുതൽ സിനിമാറ്റിക് ഫോം എം.ടിയിലാണെന്ന് വിൻസന്റ് മാസ്റ്റർ.

തിരക്കഥ വരുന്ന വഴിയെപ്പറ്റി അദ്ദേഹം പറഞ്ഞ രണ്ടു കഥകൾ കൗതുകകരമാണ്. പി.ജെ.ആന്റണി ഒരു വൺലൈൻ സ്റ്റോറി പറഞ്ഞതാണ് 'നദി'. വള്ളത്തിൽ, കുളിച്ച് താമസിക്കാൻ വരുന്ന രണ്ടു മുതലാളിമാരെപ്പറ്റി പറഞ്ഞു ആന്റണി. അതിൽ നിന്നാണ് 'നദി'യുണ്ടാകുന്നത്. പടത്തിൽ പി.ജെ. ആന്റണിയുടെ പേരില്ലെങ്കിലും ആ സിനിമയ്ക്കാധാരം ആന്റണിയുടെ വൺലൈനാണ്.

'അനാവരണം' എന്ന സിനിമയുടെ ജനനവും ഇങ്ങനെയൊരു സാഹചര്യത്തിലാണ്. ഒരു ഗ്രാമത്തിൽ ഒരപരിചിതൻ ഒരു മാറാപ്പുമായി വരുന്നു എന്ന ത്രെഡിൽ നിന്നാണ് അനാവരണമുണ്ടാകുന്നത്. സത്താറിനെ ഇൻട്രഡ്യൂസ് ചെയ്യുന്നത് ഈ പടത്തിലാണ്. തോപ്പിൽഭാസി സ്ക്രിപ്റ്റെഴുതി.

"ഏതായാലും മുറപ്പെണ്ണിന്റെ സമയത്ത് ആ വൈദ്യുതി പ്രവാഹം ആരോ ഓഫാക്കിയില്ലായിരുന്നെങ്കിൽ ഇതൊന്നും പറയാൻ ഞാനുണ്ടാകുമായിരുന്നില്ല" - വിൻസന്റ് മാസ്റ്റർ ഉറക്കെ ചിരിച്ചു.

■

ഏഴ്

അവൾ, ഭാര്യയേക്കാൾ കൂടുതൽ അറിയുന്നവൾ

കെ.എസ്.സേതുമാധവന്റെ ഒരോർമ്മച്ചിത്രം:

ഒരു ഏഴുവയസ്സുകാരൻ. കാഴ്ചയിൽ കൗതുകമുണർത്തുന്ന മുഖം. ബഹുമിടുക്കൻ.

സേതുമാധവൻ ജൂപ്പിറ്റർ സ്റ്റുഡിയോവിലെ ഓഫീസിൽ ഇരിക്കുകയാണ്. പ്രതാപവും പത്രാസുമൊന്നുമുള്ള ഓഫീസല്ല. കെട്ടിയുണ്ടാക്കിയ ഷെഡ്ഡാണ്.

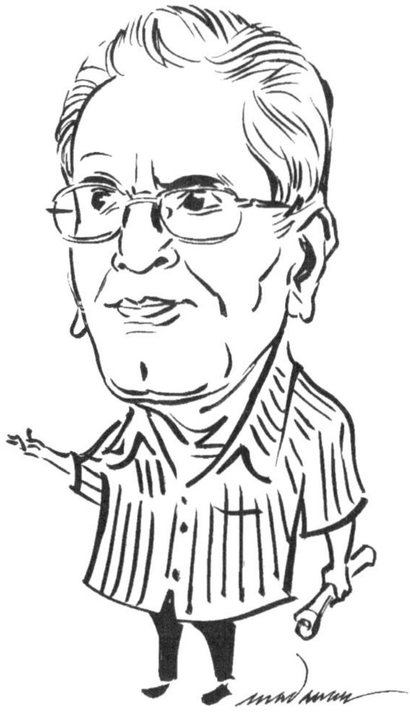

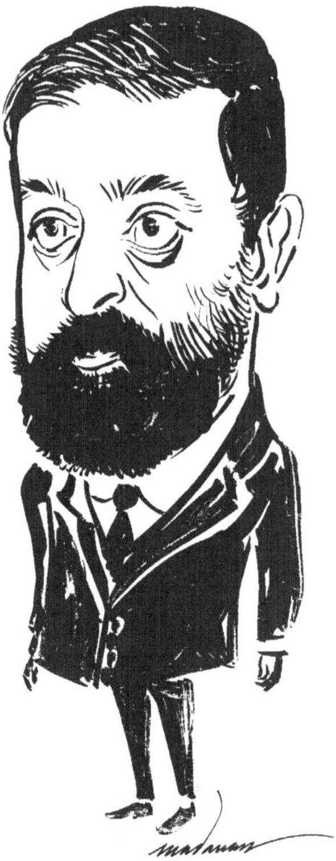

ഏഴുവയസ്സുകാരൻ ആ ഓഫീസിലെത്തി പുറം കാഴ്ചകൾ കണ്ടുനില്ക്കുന്നു.

ഹെറാൾഡ് കാർ വന്ന കാലമായിരുന്നു. പയ്യന്റെ നോട്ടം പുറത്തുനിർത്തിയിട്ടിരിക്കുന്ന ആ കാറിലാണ്.

"മൂന്നു കെരസിൻ ഡപ്പ ഇരുന്താൽ പോതും. ഒരു കാറ് പണ്ണലാം"

(മൂന്നു മണ്ണെണ്ണ ടിൻ ഉണ്ടായാൽ മതി. ഒരു കാറുണ്ടാക്കാം)

പയ്യന്റെ പ്രസ്താവനയുടെ പൊരുൾ സേതുമാധവന് മനസ്സിലായില്ല.

"എന്നാ, എന്നാ സമാചാരം?"

"അങ്കേ പാരുങ്കോ സർ"

നേരിട്ടുത്തരം പറയുന്നതിനുപകരം പയ്യൻ 'ഹെറാൾഡി'ലേക്കു വിരൽ ചൂണ്ടി. സേതുമാധവൻ ചിരിച്ചു പോയി. ബോണറ്റും ഡിക്കിയും തുറന്നുവച്ച നിലയിലുള്ള ഹെറാൾഡ് ശരിക്കും പയ്യൻ പറഞ്ഞതുപോലെത്തന്നെ.

നടൻ കമലഹാസനാണ് ഈ എപ്പിസോഡിലെ പയ്യൻ. കമലഹാസൻ സംസാരിച്ച സേതുമാധവൻ, സംവിധായകൻ കെ.എസ്. സേതുമാധവൻ തന്നെ. മലയാളസിനിമയുടെ അറുപതുകളിലും എഴുപതുകളിലും ഒരുപിടി സൂപ്പർഹിറ്റ് സിനിമകളുടെ സംവിധായകനാണ് കെ.എസ്.സേതുമാധവൻ. പാലക്കാട് ജനിച്ച് തമിഴ്നാട്ടിൽ കൂടുകൂട്ടി, 1960 ൽ വീരവിജയ എന്ന സിംഹള ചിത്രത്തിലൂടെ സ്വതന്ത്രസംവിധായകനായി രംഗത്തു വന്ന്, മലയാളത്തിലും തമിഴിലും കന്നടത്തിലും തെലുങ്കിലും ഹിന്ദിയിലും അറുപതിലേറെ പടങ്ങൾ സംവിധാനം ചെയ്ത സേതുമാധവൻ. ടി.ഇ.വാസുദേവൻ നിർമ്മിച്ചജ്ഞാനസുന്ദരിയായിരുന്നു അദ്ദേഹം സംവിധാനം ചെയ്ത ആദ്യമലയാളചിത്രം (1961). അറുപതുകളും എഴുപതുകളും നമ്മുടെ സിനിമയ്ക്ക് ഒരു നിലവാരവും പുതുഭാവുകത്വവും സമ്മാനിച്ച കാലം. ഒരു ഡസൻ ദേശീയ അവാർഡുകളും 4 തവണ മികച്ച സംവിധായകനുള്ള സംസ്ഥാന അവാർഡും സേതുമാധവന്റെ സിനിമയെത്തേടിയെത്തി. ഓടയിൽ നിന്ന്, അടിമകൾ, കരകാണാക്കടൽ, പണിതീരാത്തവീട്, അച്ഛനും ബാപ്പയും, ഉള്ളതു മതി, ഓപ്പോൾ, മറുപക്ഷം, നമ്മവർ (രണ്ടും തമിഴ്), സ്ത്രീ (തെലുങ്ക്) എന്നിവയെല്ലാം ഈ സസ്യശാസ്ത്രബിരുദധാരിയുടെ പേരിന് തിളക്കം കൂട്ടിയ ചിത്രങ്ങളാണ്. ഇവയെല്ലാം അവാർഡുകൾ നേടി. ദാഹം, സ്ഥാനാർത്ഥി സാറാമ്മ, ഭാര്യമാർ സൂക്ഷിക്കുക, കടൽപ്പാലം, കൂട്ടുകുടുംബം, വാഴ്‌വേമായം, അരനാഴികനേരം, ഒരു പെണ്ണിന്റെ കഥ, ഇൻക്വിലാബ് സിന്ദാബാദ്, അനുഭവങ്ങൾ പാളിച്ചകൾ, അഴകുള്ള സലീന, ചട്ടക്കാരി, കന്യാകുമാരി.... ഇവയെല്ലാം അദ്ദേഹത്തിന്റെ ചിത്രങ്ങൾ തന്നെ.

ചെന്നൈയിലെ ഫിലിംഡയറക്ടേഴ്സ് കോളനിയിലെ ഒന്ന് - സി എപ്പാർട്ട്മെന്റിലിരുന്ന് സംസാരിക്കുമ്പോൾ, നമ്മുടെ സിനിമയിലെ അഭിനേതാക്കളെക്കുറിച്ച് പറയുന്നേരത്താണ് കമലഹാസന്റെ കുട്ടിക്കാലത്തെ കഥ ഈ എഴുപത്തിയാറുകാരൻ ഓർമ്മിച്ചത്. കമലഹാസൻ ആദ്യമഭിനയിച്ച മലയാള പടമായ 'കണ്ണുംകരളും' സംവിധാനം ചെയ്തത് സേതുമാധവനായിരുന്നു. അതിന്റെ കാര്യത്തിന് വന്നപ്പോഴാണ് കമലഹാസന്റെ 'ഹെറാൾഡ് കാർ സങ്കല്പം' വരുന്നത്.

"ആത്മവിശ്വാസവും ഒറ്റയ്ക്കു നില്ക്കാനുള്ള മോഹവുമായിരുന്നു എന്നും എനിക്ക് കൂട്ട്. ആരുമായും അടുക്കുകയോ ഇടപഴകുകയോ ചെയ്യുന്ന ആളായിരുന്നില്ല ഞാൻ. അന്തർമുഖനാണെന്നു പറയാം. എഴുതുമ്പോൾ ആരെങ്കിലും വന്നുനോക്കിയാൽ പോലും ഞാൻ ചൂടാവും. സംഗീതസംവിധായകൻ ദേവരാജനും ഇതേ ടൈപ്പായിരുന്നു. ഞങ്ങളുടെ കൂട്ടുകെട്ടിന്റെ രഹസ്യവും അതാണ്. എന്നാലോ? ഞങ്ങൾ വഴക്കടിക്കുകയും ചെയ്യും - പ്രിൻസിപ്പ്ളിന്റെ പേരിൽ" - സേതുമാധവൻ പറഞ്ഞു. ഇതേ സമയം അന്നത്തെയും പിന്നത്തെയും പ്രമുഖ അഭിനേതാക്കളുമായൊക്കെ കുലീനമായ ഒരു ബന്ധം സേതുമാധവനുണ്ടായിരുന്നു. കമലഹാസന്റെ കുട്ടിക്കാലം മുതൽ അദ്ദേഹവുമായി 'കണ്ണും കരളും' പോലുള്ള ഒരടുപ്പം ഈ സംവിധായകനുണ്ട്.

"സ്വന്തം തൊഴിലിനോടുള്ള കമലഹാസന്റെ സമർപ്പണ മനോഭാവം എന്നെ പലപ്പോഴും അത്ഭുതപ്പെടുത്തിയിട്ടുണ്ട്" - സേതുമാധവന് കമലിനെ അത്രയ്ക്കിഷ്ടം. 'കണ്ണും കരളി'നുശേഷം അദ്ദേഹം കമലിനെ കണ്ടിരുന്നില്ല. വർഷം കുറേ കഴിഞ്ഞുപോയി. എം.ടിയുടെ 'കന്യാകുമാരി' ചെയ്യുന്ന സമയം. സോമന്റെ ടെസ്റ്റെടുത്ത് നില്ക്കുകയായിരുന്നു. ഒന്നുരണ്ടു പേരെക്കൂടി കിട്ടിയാൽ നോക്കാമെന്നുണ്ട്. അപ്പോഴാണ് ഒരു ചെറുപ്പക്കാരന്റെ വരവ്. എവിടെയോ കണ്ടു മറന്ന ഒരു മുഖം.

ചിരിച്ചുകൊണ്ട് ചെറുപ്പക്കാരൻ: "ഞാൻ കമലഹാസൻ"

"നീയിപ്പൊ എന്തു ചെയ്യുന്നു?"

"ഞാൻ തങ്കപ്പൻമാഷുടെ ഡാൻസ്അസിസ്റ്റന്റായി വർക്ക് ചെയ്യുന്നു"

കന്യാകുമാരിയിൽ കമൽ വന്നുചേരുന്നതങ്ങനെയാണ്.

("സാറ് വേഷം തന്നില്ലായിരുന്നെങ്കിൽ ഞാനൊരു ഡാൻസ് മാഷോ സ്റ്റണ്ട്മാഷോ ആയിത്തീർന്നേനെ" എന്ന് കമൽ പില്ക്കാലത്ത് പറഞ്ഞിട്ടുണ്ട്)

കമലിനെ അഭിനയിപ്പിക്കാൻ ഒരിക്കലും ഒരു ബുദ്ധിമുട്ടും അനുഭവപ്പെട്ടിട്ടില്ല. കമൽ ഒരു ബുദ്ധിമുട്ടും ഉണ്ടാക്കുകയുമില്ല. 'ഓർമ്മകൾ മരിക്കുമോ' എന്ന ചിത്രത്തിന്റെ ഔട്ട്ഡോർ ഊട്ടിയിൽ നടക്കുമ്പോഴാണ് കമലിന്റെ അമ്മ മരിക്കുന്നത്. ചടങ്ങുകൾ കഴിയാൻ പത്തു ദിവസമെങ്കിലും വേണ്ടേ? ഷൂട്ടിങ്ങ് നിർത്തിവയ്ക്കാനായിരുന്നു തീരുമാനം പക്ഷേ, കമൽ പറഞ്ഞു: "വേണ്ട"

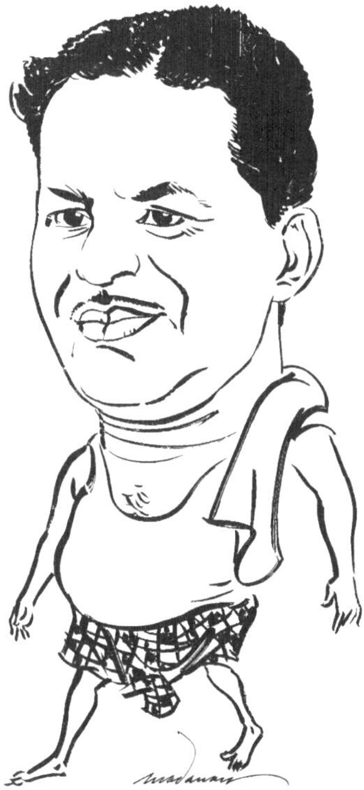

കമൽ പെട്ടെന്നു തന്നെ തിരിച്ചെത്തുകയായിരുന്നു. സ്വന്തം ദുഃഖത്തിനു നടുവിലും മറ്റുള്ളവരുടെ സമയവും പണവും താൻ കാരണം നഷ്ടപ്പെടുന്നത് ഒഴിവാക്കാനായിരുന്നു കമൽ ശ്രമിച്ചത്. ഭവ്യതയും സ്നേഹവും അന്നും ഇന്നും കമലിന്റെ കൈമുതലാണ്.

സത്യന്റെ 'സമർപ്പണമനോഭാവം' ആരെയും അമ്പരപ്പിക്കുകയും അത്ഭുതപ്പെടുത്തുകയും ചെയ്യുന്നത് കൂടിയായിരുന്നു. സേതുമാധവൻ മോഡേൺ തിയേറ്റേഴ്സിൽ അസിസ്റ്റന്റ് ഡയറക്ടറായി വർക്ക് ചെയ്യുമ്പോഴാണ് സത്യനെ പരിചയപ്പെടുന്നത്. 'ഹാരിബ്ലാക്ക് ആന്റ് ദ ടൈഗർ' എന്ന ചിത്രത്തിന്റെ ആർടിസ്റ്റ് സെലക്ഷനു വന്നതായിരുന്നു സത്യൻ. ഇരുപതോളം സേതുമാധവൻ ചിത്രങ്ങളിൽ അഭിനയിച്ചിട്ടുണ്ട് ഈ അനുഗൃഹീത നടൻ.

സത്യന് എല്ലാ കാര്യങ്ങളിലും തനതായ ഒരു സമീപനമുണ്ടായിരുന്നു. ആദ്യം കഥ ചോദിക്കും, തിരക്കഥ തയ്യാറായാൽ വായി

ക്കണമെന്നു പറയും. ഒരു സജഷനും വെക്കില്ല. എന്നാൽ ഒരു ചിത്രത്തിന് നാല് ഡയലോഗ് എഴുതിത്തന്നിട്ടുണ്ട്. ഒരു പ്രത്യേകസന്ദർഭത്തിൽ, ഒരു പോരായ്മ തോന്നിയതുകൊണ്ട് അതു ചെയ്യാൻ നിർബന്ധിച്ചതായിരുന്നു.

'ഓടയിൽ നിന്ന്' എടുക്കുമ്പോൾ ചിലർ നിർമ്മാതാക്കളെ നിരുത്സാഹപ്പെടുത്തിയതാണ് - എടുക്കണ്ട, ശരിയാവില്ല. പലരും അങ്ങനെ വേണ്ടെന്നു വയ്ക്കുകയായിരുന്നു. സത്യനുമായി സംസാരിച്ചപ്പോൾ പൂർണ്ണസഹകരണം. അങ്ങനെയാണ് നിർമ്മാതാക്കൾ തയാറാവുന്നത്.

(ഇവിടെ ഒരു തമാശയുണ്ട്. 'ഓടയിൽ നിന്ന്' സേതുമാധവൻ വായിക്കുന്നത് തമിഴിലാണ്. റ്റ്യൂഷൻ വച്ച് മലയാളം പാസ്സായ ആളാണ്. അയാളാണ് മലയാളം ഫിലിംസ് പിക്ചറൈസ് ചെയ്യുന്നത്. തമിഴിൽ അസിസ്റ്റന്റായി വന്ന് മലയാളം ഫിലിംസിലെത്തിയ അത്ഭുതമായിരുന്നു സേതുമാധവന്റേത്.)

വിഷമങ്ങളുണ്ടായാലും അതു പുറത്തു കാണിക്കാതെ അഭിനയത്തോട് നീതി പുലർത്തുന്നതായിരുന്നു സത്യന്റെ രീതി. 'യക്ഷി'യിലെ ഒരു സ്വപ്നദൃശ്യം. ലൈംഗികദൗർബല്യങ്ങളുള്ള നായകൻ കട്ടിലിൽ നിന്നു വീഴുന്നുണ്ട്. മില്ലി ഇറാനിയായിരുന്നു ക്യാമറാമാൻ. രണ്ട് ടേക്ക് പറഞ്ഞു. ഒന്നു മതി എന്നു പറഞ്ഞു സത്യൻ. സംവിധായകൻ എന്ന നിലയ്ക്ക് സേതുമാധവന് വിഷമമായി. ഒരു ടേക്കിൽ ശരിയായില്ലെങ്കിലോ? അപ്പോഴാണ് നിവൃത്തിയില്ലാതെ സത്യൻ പറയുന്നത്: "കാർ ആക്സിഡന്റായില്ലേ? നെഞ്ചത്ത് ഒരു ചതവുണ്ട്" യക്ഷിയുടെ ഷൂട്ടിങ്ങിനിടെ മറ്റൊരു പടത്തിന്റെ വർക്കിനു പോയിവരുമ്പോൾ സത്യന് ഒരപകടം പറ്റിയിരുന്നു.

എന്നാൽ സത്യൻ പറയാത്ത വിഷമങ്ങളാണ്, അത് പിന്നീട് മനസ്സിലായപ്പോൾ എല്ലാവരെയും വിഷമിപ്പിച്ചത്.

അവസാനകാലം. ലുക്കേമിയയുടെ പിടിയിൽ പെട്ട് സ്വന്തം പിടച്ചിൽ അമർത്തിക്കഴിയുകയായിരുന്നു സത്യൻ. ആ സീര്യസ്സിൽ ഡോക്ടറും ജി.വിവേകാനന്ദനും പറഞ്ഞു: അധികം അദ്ധ്വാനിപ്പിക്കരുത്, ഓടിക്കുകയൊന്നും ചെയ്യരുത്.

മറ്റൊരു പടത്തിന്റെ ഷൂട്ടിങ്ങിനിടയിൽ തലചുറ്റി വീണു, ഛർദ്ദിച്ചു.

രോഗം പുള്ളിക്കറിയാം. ഒരു കുലുക്കവുമില്ല. "അമീബിയാസിസാണ്, ഈ പാൻമസാല തിന്നുന്നതുകൊണ്ട്." വളരെ ലാഘവമായ സമീപനം.

കെ.ജെ. ഹോസ്പിറ്റലിലായിരുന്നു വഴിയേ ചികിത്സ. ആശുപത്രി യിലാണെന്ന് ആരോടും പറയുമായിരുന്നില്ല.

'ഒരു പെണ്ണിന്റെ കഥ'യുടെ സമയത്ത് ആശുപത്രിയിലായി രുന്നു. ഡോ. ജഗദീഷ് പറഞ്ഞു: അങ്ങേരെ വച്ച് ഷൂട്ട് ചെയ്താൽ പ്രശ്നമാവും. ബ്ലഡ് ട്രാൻസ്ഫ്യൂഷൻ വേണ്ടിവരും.

ഇതിനകം ഷൂട്ടിങ്ങ് തുടങ്ങിക്കഴിഞ്ഞിരുന്നു.

ഹോസ്പിറ്റലിൽ പോയി കണ്ടു. "നമുക്ക് ഷൂട്ടിംഗ് നീട്ടി വയ്ക്കാം" - സേതുമാധവൻ പറഞ്ഞു. ഉറച്ച മറുപടിയായിരുന്നു: "നോ... സത്യൻ ഈസ് ആൾറൈറ്റ് ആന്റ് ഹി വിൽ ബി ദേർ ബൈ സെവൻ എ.എം"

ഡോക്ടറോട് പറയാതെയാണ് പ്രസാദ് സ്റ്റുഡിയോവിലെത്തി യത്.

ലൈറ്റിങ്ങൊക്കെ കഴിഞ്ഞ് നില്ക്കുമ്പോൾ ക്യാമറാമാൻ ദേവസ്സി വന്നു പറഞ്ഞു:

"സത്യൻസാറിന്റെ മൂക്കിൽ നിന്നു ചോര വരുന്നു" അയാൾ സത്യന്റെഅടുത്തേക്ക് മടങ്ങിപ്പോയി.

സേതുമാധവനും മെല്ലി ഇറാനിയും മേക്കപ്പ് റൂമിലെത്തി.

ദേവസ്സി സത്യന്റെ മൂക്കിൽ പഞ്ഞിവച്ച് ബ്ലഡ്ഡെടുത്ത് ബക്ക റ്റിലിടുന്നു.

"ഷൂട്ടിങ്ങ് പാക്കപ്പ് ചെയ്യാം. അസുഖം മാറിയിട്ട് ഷൂട്ടിങ്ങ് വയ്ക്കാം." സേതുമാധവൻ പരമാവധി പറഞ്ഞുനോക്കി.

"നോ.. നോ.... ഐ വിൽ കം ദേർ.... യു ഗോ ആന്റ് സെറ്റപ് ദ ഷോട്ട്" അതൊരാജ്ഞയായിരുന്നു.

സത്യൻ അവതരിപ്പിക്കുന്ന കഥാപാത്രത്തെ ഇലക്ഷനിൽ മത്സ രിക്കാൻ നിർബന്ധിച്ച് നിർത്തുന്ന ഒരു സീനാണ് എടുക്കേണ്ടിയി രുന്നത്. അതഭിനയിച്ചത് മൂക്കിൽ പഞ്ഞി വച്ചായിരുന്നു. ആ ഭാഗം ഡബ്ബ് ചെയ്തിരുന്നില്ല. നാചറൽ സീനായിരുന്നു അത്. ശ്രദ്ധിച്ചാൽ മനസ്സിലാകും.

ഡോ.ജഗദീഷ് ഇനിയൊരു ബഹളം വയ്ക്കാനില്ല. എന്തു പണി യാണീ കാണിച്ചത്?

ഇതിനെപ്പറ്റി സത്യൻ പിന്നീട് പറഞ്ഞതിങ്ങനെ:

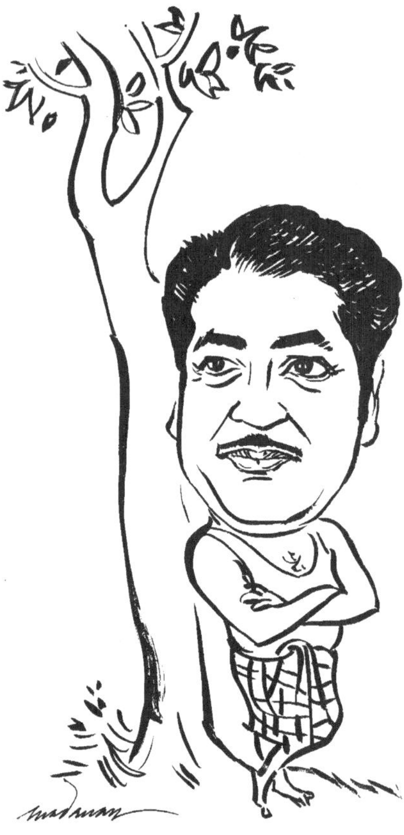

“ഞാൻ മാതാവിനെ വിളിച്ച് കരയുകയായിരുന്നു, ഉള്ളിന്റെ ഉള്ളിൽ. പടം മുടങ്ങിയാൽ എന്തുമാത്രം നഷ്ടം വരും? ഇതു തീരും വരെ ശക്തിയും ധൈര്യവും തരണേ എന്നായിരുന്നു പ്രാർത്ഥന...”

കരകാണാക്കടൽ, അനുഭവങ്ങൾ പാളിച്ചകൾ, ഇങ്ക്വിലാബ് സിന്ദാബാദ്, ഒരു പെണ്ണിന്റെ കഥ എന്നിവയിലെല്ലാം സത്യന് ഡ്യൂപ്പിടേണ്ടിവന്നിട്ടുണ്ടെന്ന് സേതുമാധവൻ ഓർക്കുന്നു.

അന്തസ്സിന്റെയും ആഭിജാത്യത്തിന്റെയും പ്രതീകമായിരുന്നു പ്രേംനസീർ. ഏതു വേഷം കിട്ടിയാലും അതു നന്നാക്കാൻ പരമാവധി ശ്രമിക്കും. ധാരാളമായി കിട്ടുന്ന സ്ഥിരം കാമുകവേഷങ്ങളോട് പതുക്കെ അദ്ദേഹത്തിന് ഒരകല്ച്ച വന്നിരുന്നു. വേറിട്ട ഒരു റോളിനു

വേണ്ടി ആഗ്രഹിക്കുമായിരുന്നു. അഴകുള്ള സലീനയിൽ സേതുമാധവൻ ഒരു വില്ലൻ വേഷം കൊടുക്കുന്നത് ആ പശ്ചാത്തലത്തിലാണ്. വർക്കിനോട് നൂറു ശതമാനം സത്യസന്ധത പുലർത്താൻ നസീറും പ്രതിജ്ഞാബദ്ധനായിരുന്നു. അദ്ദേഹം കാരണവും ആർക്കും ഒരു വിഷമവും വരാറില്ല.

പ്രേംനസീറിലും ഷീലയിലുമെത്തിയപ്പോൾ സേതുമാധവന് പറയാൻ കുറേ രസികൻ കാര്യങ്ങൾ. 'അനുഭവങ്ങൾ പാളിച്ചകൾ' തകഴിയിൽ ഷൂട്ടിങ്ങ് നടക്കുന്നു. ലഞ്ച് ബ്രേക്കായിരുന്നു. ഊണ് കഴിഞ്ഞ് എല്ലാവരും വിശ്രമത്തിൽ. നടീനടന്മാരെ കാണാനുള്ള ജനത്തിരക്ക് പറഞ്ഞറിയിക്കുക വയ്യ.

സത്യനെവിടെയെന്നു ചോദിച്ചു, വന്നവർ. സത്യൻ പുറത്തു വന്നു. കുറച്ചുനേരം ആരാധകരുമായി ചെലവഴിച്ച് അദ്ദേഹം അകത്തേക്കു പോയി.

പ്രേംനസീറുണ്ടോ? – ആളുകൾ തിരക്കി.

നസീർ രംഗത്തെത്തി. അപ്പോൾ അവർക്ക് മറ്റൊരാവശ്യം – ഷീലാമ്മയെ വിളിക്കണം.

ഷീല വന്നു. പിന്നെ ജനങ്ങളുടെ ആവശ്യം മറ്റൊന്നായി.

"രണ്ടുപേരും ഒന്നിച്ച് നില്ക്ക്."

അവർ ഒന്നിച്ചു നിന്നു. അതു കണ്ടുനിന്നവരുടെ സന്തോഷം പറയാൻ വയ്യ.

മദ്രാസിൽ നടന്ന ഒരു ഇന്റർനാഷനൽ ഫിലിംഫസ്റ്റിവലിന്റെ ഭാഗമായി മഹാബലിപുരത്ത് 'താജി'ൽ ഒരു പാർട്ടി നടക്കുകയായിരുന്നു. നോർവീജിയൻ ഫിലിംമേക്കർ ബർട്ട്ഹാൻസ്റ്റ്റ അവിടെയുണ്ട്.

സേതുമാധവനാണ് നസീറിനെ അദ്ദേഹത്തിനു പരിചയപ്പെടുത്തുന്നത്. തൊണ്ണൂറു പടങ്ങളിൽ നസീറും ഷീലയും ജോടികളായഭിനയിച്ചുവെന്ന് പറഞ്ഞപ്പോൾ ആ ഫിലിംമേക്കർ അത്ഭുതപ്പെട്ടു. പിന്നെ നസീറിനോടായി പറഞ്ഞു.

"മൈ ഡിയർ യംഗ് മേൻ, യുവർ ഹീറോയിൻ നോസ് മോർ എബൗട്ട് യു ദാൻ യുവർ വൈഫ്"

അവിടെ മുഴങ്ങിയ പൊട്ടിച്ചിരിയിൽ നസീറും പങ്കുചേർന്നു.

■

എട്ട്

കാലമേ നിനക്കഭിനന്ദനം

എം.കെ. അർജ്ജുനനിലേക്ക് വരും മുമ്പ്:

ഈയിടെ ഒരു കാസറ്റ് കടയിൽ കണ്ട ലിസ്റ്റ്:

ശ്രീകുമാരൻതമ്പിയുടേത് : 1 പാടാത്ത വീണയും പാടും.... (യേശുദാസ്) 2. കസ്തൂരി മണക്കുന്നല്ലോ.... (യേശുദാസ്) 3. വാൽക്കണ്ണെഴുതി..... (യേശുദാസ്, വാണിജയറാം) 4. യദുകുലരതിദേവനെവിടെ... (ജയചന്ദ്രൻ, ജാനകി) 5. നിൻമണിയറയിലെ.... (ജയചന്ദ്രൻ) 6. നീലനിശീഥിനീ..... (ബ്രഹ്മാനന്ദൻ) **ഭാസ്കരൻ മാഷുടേത്** : 7. ഹൃദയമുരുകി നീ.... (യേശുദാസ്) 8. മാനത്തിൻ മുറ്റത്ത്.... (യേശുദാസ്/ജാനകി) **ഒ.എൻ.വിയുടേത്:** 9. കാണാനഴകുള്ള മാണിക്യക്കുയിലേ... (വേണുഗോപാൽ, ദുർഗ്ഗ)

ഈ പാട്ടുകൾക്കെല്ലാം എന്തോ ഒരിഴയടുപ്പമുണ്ടോ എന്ന് സംശയം. ശ്രദ്ധിച്ചപ്പോൾ കാര്യം ശരിയാണ്. എല്ലാറ്റിന്റെയും സംഗീതസംവിധായകൻ ഒരാൾ തന്നെ! – എം.കെ. അർജ്ജുനൻ. 170 ചിത്രങ്ങളിലായി ആയിരത്തോളം പാട്ടുകളും വിവിധനാടകങ്ങളിലായി ആയിരത്തോളം ഗാനങ്ങളും ആരിൽ നിന്നാണോ നമുക്ക് കിട്ടിയത് ആ അർജ്ജുനൻമാഷ്.

പണ്ട് – ഏതാണ്ട് 65 കൊല്ലം മുമ്പ് ഫോർട്ട് കൊച്ചിയിൽ നിന്ന് ജീവിക്കാൻ ഒരു നിവൃത്തിയുമില്ലാതെ ഒരു ഏഴുവയസ്സുകാരൻ പളനിയിലെ ഒരനാഥമന്ദിരത്തിൽ എത്തിപ്പെട്ടു. ജ്യേഷ്ഠനും കൂടെയുണ്ടായിരുന്നു. ഒരു രാമൻവൈദ്യരാണ് ഗതിയില്ലാത്ത രണ്ടു പയ്യന്മാരെയും കൊണ്ടുപോയത്.

പഠിച്ചിറങ്ങുമ്പോൾ ഗുരു കുമാരയ്യാപിള്ളൈ ഭാഗവതർ ഇളയവനോട് പറഞ്ഞു:

“നീ സംഗീതംകൊണ്ട് ജീവിക്കും” പിന്നെ മൂത്തവനെ നോക്കി: “ഇവൻ ഇരുമ്പുകൊണ്ടും”

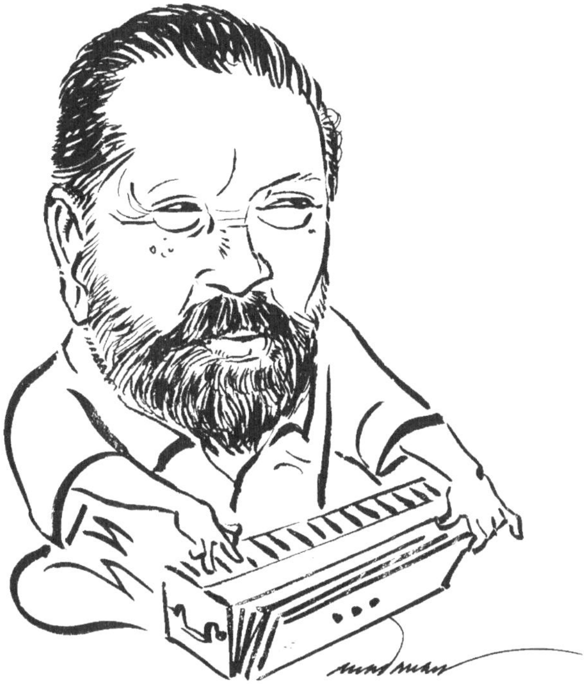

മൂത്തവൻ മോട്ടോർ മെക്കാനിക്കായി. ഇളയവൻ സംഗീത ജ്ഞനും.

ഇപ്പോൾ 72-ാം വയസ്സിലെത്തി നില്ക്കുന്ന ഈ സംഗീതജ്ഞൻ കൊച്ചി പള്ളുരുത്തിയിലെ 'പാർവ്വതീമന്ദിര'ത്തിലിരുന്ന് സ്വന്തം ഗുരുനാഥന്മാരെപ്പറ്റി നമ്മോട് സംസാരിക്കുന്നു... അടുത്തതായി സംഗീതസംവിധാനത്തിലെ ഗുരുവിനെക്കുറിച്ചാണ് അദ്ദേഹം പറയുന്നത്. ആ ഗുരുവിനെക്കുറിച്ചാണ് ഏറെ പറയാനുള്ളതും.

'59ന്റെ അവസാനമാണ് മാഷ് നാടകത്തിൽ വരുന്നത്. അവിടുന്ന് '68 വരെ ആ രംഗത്ത് ഹാർമോണിസ്റ്റായും സംവിധായകനായും പ്രവർത്തിച്ചു. '68 ൽ സിനിമയിലെത്തി. 'കറുത്ത പൗർണ്ണമി'യിൽ ഭാസ്കരൻമാഷുടെ കവിതയിലൂടെയായിരുന്നു സിനിമയിലെ അരങ്ങേറ്റം. പിന്നെയും മൂന്നുനാല് സിനിമകൾ കഴിഞ്ഞശേഷം ഒരു സംഭവമുണ്ടായി.

'പുഷ്പാഞ്ജലി' എന്ന സിനിമയിൽ സംഗീതസംവിധാനം നിർവ്വഹിക്കാൻ അർജ്ജുനന് ക്ഷണം കിട്ടി. ദീപക് കമ്പൈൻസായിരുന്നു പടം നിർമ്മിക്കുന്നത്.

ട്രെയിനിൽ മദിരാശിയിലെത്തുമ്പോൾ റെയിൽവേ സ്റ്റേഷനിൽ പ്രൊഡക്ഷൻ മാനേജർ അന്തിക്കാട് മണി സ്വീകരിക്കാനായി കാത്തുനില്പുണ്ട്. നിവൃത്തിയില്ലാതെവന്നതുപോലുള്ള ഒരു ഭാവമുണ്ടോ മണിയുടെ മുഖത്തും ശരീരഭാഷയിലും? വെറുതെ തോന്നുന്നതാവാമെന്ന് മാഷ് സ്വയം സമാധാനിച്ചു.

"ഏതാ ഹോട്ടൽ? എവിടെയാ താമസസൗകര്യം ഏർപ്പാടു ചെയ്തിരിക്കുന്നത്?- മാഷ് സ്വാഭാവികമായും മണിയോട് ചോദിച്ചു.

"ഹോട്ടലൊന്നും ഇല്ല" - മണി പറഞ്ഞു. "ഓഫീസിൽ ഇരുന്നാൽ മതിയെന്നാണ് തീരുമാനം. അവിടെ നല്ല സൗകര്യമുണ്ട്."

ഓഫീസിലോ? മാഷ് ആലോചിക്കാതിരുന്നില്ല. മൊത്തം ഒരു ശരിയില്ലാത്തതുപോലെ...

അന്ന് അർജ്ജുനൻമാഷുടെ സഹായിയായി ജോലി ചെയ്യുന്നത് ആർ.കെ. ശേഖർ.

കൂട്ടത്തിൽ ഒരു ഉപകഥ: പില്ക്കാലത്തെ പ്രശസ്ത സംഗീത സംവിധായകനാണ് ആർ.കെ.ശേഖർ. പുതിയ തലമുറയ്ക്ക് എളുപ്പം മനസ്സിലാക്കാൻ ഇങ്ങനെ പറയാം. സംഗീതത്തിലെ പുതിയ മാന്ത്രികനായ എ.ആർ. റഹ്മാന്റെ പിതാവ്.

ആർ.കെ.ശേഖറിന്റെ കുടുംബം പരമ്പരാഗതമായി ഹിന്ദുക്കളായിരുന്നു. ശേഖറിന് കാൻസർ ബാധിച്ചപ്പോൾ പല ചികിത്സകളും നടത്തി. ഭേദമായില്ല. ഒടുക്കം കരിമുല്ലാഖാദിരി എന്നു പറയുന്ന ഒരു ചികിത്സകന്റെ അടുത്താണെത്തിയത്. മുസ്ലീം സമുദായാന്തരീക്ഷത്തിലുള്ള ആ വീട്ടിൽ കുറേക്കാലം താമസിച്ചുതന്നെ ചികിത്സ വേണ്ടിവന്നിരുന്നു. അവിടുത്തെ മന്ത്രോച്ചാരണങ്ങളും അനുഷ്ഠാനങ്ങളുമെല്ലാം ശേഖറിന്റെ ഭാര്യയെ വല്ലാതെ സ്വാധീനിച്ചു. ഒരിക്കൽ ശേഖർ, കുടുംബത്തെപ്പറ്റി അർജ്ജുനൻമാഷോട് ഇങ്ങനെ പറഞ്ഞു: 'ഇവരെല്ലാം നമ്മെ വിട്ടുപോകും.' മാഷക്കത് മനസ്സിലായില്ല. സംഗതി മനസ്സിലാവുന്നത് ശേഖറിന്റെ മരണശേഷമാണ്. ശേഖറുടെ മരണത്തോടെ മദ്രാസിലെ ഹബീബുള്ള റോഡിലെ വീടുവിറ്റ് കോടമ്പാക്കത്തെ വീട്ടിലേക്കു വന്നു ആ കുടുംബം. പഴയ വീട്ടിലെ ദൈവങ്ങളുടെ പടങ്ങളൊന്നും അവർ കൂടെ കൊണ്ടുവന്നില്ല. '786' എന്നെഴുതിയ പടമാണ് പുതിയ വീട്ടിലെ ചുമരിൽ

തൂങ്ങിയത്. അത് ഇസ്ലാമിലേക്കുള്ള പ്രവേശനത്തിന്റെ സൂചനയായിരുന്നു.

(വിൻസന്റ് മാസ്റ്റർക്കുമുണ്ട് ഇങ്ങനെ ഒരു കഥ. അത് ഇവിടെ പറയാൻ മാറ്റി വച്ചതാണ്. ഫോട്ടോഗ്രാഫർ കൃഷ്ണന്റെയും അനസ്തീനയുടേയും മകനാണദ്ദേഹം. ഇറ്റാലിയൻ പാതിരിമാരുമായുള്ള സഹവാസംകൊണ്ട് അച്ഛൻ കൃഷ്ണൻ ക്രിസ്തുമതം സ്വീകരിച്ച് ജോർജ്ജ് വിൻസന്റാവുകയായിരുന്നു. കൃഷ്ണന്റെ ജ്യേഷ്ഠൻ മുസ്ലീമുമായി.)

റഹ്മാന്റെ കുട്ടിക്കാലം അർജ്ജുൻമാഷുടെ ഓർമ്മയിലുണ്ട്. സ്കൂൾ വിട്ടുവന്നാൽ മറ്റു കുട്ടികളെപ്പോലെ കൂട്ടുകൂടാനോ കളിക്കാനോ പോവില്ല. കീബോഡ് വായിച്ചുകൊണ്ടിരിക്കും. അക്കാലത്ത് ആ വീട്ടിൽ അഞ്ചാറ് കീബോഡുകളുണ്ടായിരുന്നു. അതു വാടകയ്ക്കു കൊടുക്കും. വല്ല റിപ്പേറും വന്നാൽ ശരിയാക്കുന്നത് അവൻ തന്നെയാണ്. കേടായതിനു പകരം പുതിയ വല്ല സാധനവും വാങ്ങേണ്ടിവന്നാൽ കോടമ്പാക്കത്ത് പോയി വാങ്ങിക്കാൻ പയ്യനോട് അമ്മ പറയും. കൂടെ മാഷും പോകാറുണ്ടായിരുന്നു. അന്ന് റഹ്മാന് 15, 16 വയസ്സേ കാണൂ. ചെറിയ വിലയുള്ള സാധനമായാൽ പോലും അഞ്ചാറു കടകളിൽ കയറിയിറങ്ങും. ഇഷ്ടപ്പെട്ടതു കണ്ടെത്തിയാലേ വാങ്ങൂ. അതുവരെ കൂടെ നടന്ന് മാഷ് മുഷിഞ്ഞുപോകും. ഒരു ചെറിയ സാധനം വാങ്ങാൻ മൂന്ന് – നാല് മണിക്കൂർ ചെലവഴിക്കുന്ന ആ മനോഭാവം – ആ അന്വേഷണയജ്ഞം – തന്നെയാണ് സംഗീതത്തിലേക്കും നീണ്ടത്. അങ്ങനെ സംഗീതത്തെ ഒരു ബിന്ദുവിൽ നിന്ന് പലവഴി ഓടിച്ച് തിരികെ ആ ബിന്ദുവിലേക്ക് തിരിച്ചെത്തിക്കുമ്പോൾ ഉണ്ടാവുന്ന ഒരു പുതിയ സംഗീതം റഹ്മാന്റെ സവിശേഷതയായി. റഹ്മാൻ അക്കാലത്ത് ദിലീപാണ്. റോജ എന്ന പടത്തിന്റെ റിലീസോടു കൂടിയാണ് റഹ്മാനാകുന്നത്. 'പയ്യൻ' ചില പരസ്യചിത്രങ്ങൾക്ക് ചെയ്ത മ്യൂസിക് കേട്ട് മണിരത്നം വിളിച്ചതായിരുന്നു 'റോജ'യ്ക്ക്.

ഉപകഥകൾ അല്പം നീണ്ടോ? റെയിൽവേ സ്റ്റേഷനിൽവച്ച് അർജ്ജുനൻ മാഷെ അന്തിക്കാട് മണി സ്വീകരിക്കുന്നേടത്താണ് നാം പറഞ്ഞു നിർത്തിയത്.

സഹായിയായ ആർ.കെ.ശേഖറിന്റെ വീട്ടിൽനിന്ന് ഹാർമോണിയമെടുത്ത് മാഷ് ദീപക് കമ്പൈൻസിന്റെ ഓഫിസിലെത്തുന്നു. കാണിച്ചുകൊടുത്ത മുറിയിൽ നിന്നും ആൾ കുളിച്ച് ഫ്രഷാവുമ്പോ

ഴേക്ക് പ്രൊഡ്യൂസർ ഹസ്സൻഭായി, ഡയറക്ടർ ശശികുമാർ എന്നിവർ വന്നു.

ശശികുമാർ കഥ പറയുന്നു. സിറ്റ്വേഷൻ പറയുന്നു. 'പ്രിയതമേ, പ്രഭാതമേ' എന്ന പാട്ടാണ്.

"എപ്പൊ കേൾക്കാം പാട്ട്?"

"രണ്ടുദിവസം കഴിയട്ടെ" - മാഷ് പറഞ്ഞു.

രണ്ടു ദിവസം കഴിഞ്ഞു. അർജ്ജുനൻമാഷ് പാട്ട് ചിട്ടപ്പെടുത്തി. ഹസ്സൻഭായിയുടെ സുഹൃത്ത് സത്യവും അവിടെയുണ്ട്. മുമ്പ് പടമെടുത്തിട്ടുള്ള ആളാണ്.

പ്രിയതമേ... പ്രഭാതമേ...

അർജ്ജുനൻമാഷ് പാടി.

ആരും ഒന്നും പറയുന്നില്ല. റെയിൽവേ സ്റ്റേഷനിൽ തുടങ്ങിയ പന്തികേട് വർദ്ധിച്ചപോലെ....

സത്യമാണ് നിശ്ശബ്ദത ഭഞ്ജിച്ചത്:

"ഈ പാട്ടിന്റെ പല്ലവി ഓകെ. അനുപല്ലവിയും ചരണവും വേറെ രാഗത്തിലാക്കണം - രാഗമാലികയിൽ"

എന്താ പരീക്ഷിക്കുകയാണോ?

എല്ലാവരുമിരിക്കെത്തന്നെ അര-മുക്കാൽ മണിക്കൂറിനുള്ളിൽ അനുപല്ലവിയും ചരണവും പാടി കേൾപ്പിച്ചു. ഇപ്പോഴും ആരും ഒന്നും പറയുന്നില്ല. ആകെ ഒരു ദുരൂഹത.... രാഗമാലികയാക്കണമെന്നു പറഞ്ഞ സത്യം വീണ്ടും: പാട്ട് ഓകെ.

സമാധാനമായി. അദ്ദേഹം തന്നെ ആവശ്യപ്പെട്ടു. "അടുത്ത പാട്ടിന്റെ സിറ്റ്വേഷൻ പറഞ്ഞുകൊടുക്ക്"..... സ്വിറ്റ്വേഷനും പറഞ്ഞു കൊടുത്തു. ദുഃഖമേ നിനക്ക് പുലർകാലവന്ദനം.... കാലമേ നിനക്കഭിനന്ദനം....

അതിലെ പാട്ടുകളെല്ലാം പറഞ്ഞു കഴിഞ്ഞ ശേഷം ആ ഓഫീസിനു പകരം 'വെന്യു' സത്യംസാറിന്റെ വീട്ടിലായി... അവിടെയാണ് പിന്നെ താമസം. ഒരു പ്രമോഷൻ... അർജ്ജുനൻമാഷ് ഏതെങ്കിലും പാട്ടിന്റെ രാഗം മൂളുമ്പോൾ അദ്ദേഹവും കൂടെ വന്നിരുന്ന് ആസ്വദിക്കും.

റിക്കാർഡിങ്ങ് കഴിഞ്ഞു. പ്രതിഫലം കൊടുത്തു. ടിക്കറ്റ് കൊടുത്തു. അടുത്ത പടത്തിന്റെ അഡ്വാൻസും. ആ പടം 'അന്വേഷണം'.

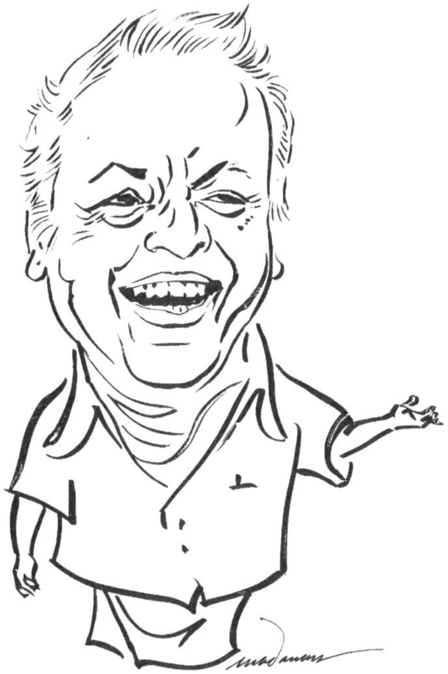

അതിനുശേഷമാണ് പ്രൊഡക്ഷൻ മാനേജർ ഒരു 'രഹസ്യം' വെളിപ്പെടുത്തുന്നത്. അതുവരെ മനസ്സിൽ ഉരുണ്ടുകൂടിയ കാർമേഘങ്ങൾ പെയ്തിറങ്ങാൻ ഉതകിയ ആ വെളിപ്പെടുത്തൽ ഇങ്ങനെ:

– സാറ് ട്രെയിനിൽ വരുമ്പോൾ സാറിനെ ഞാനാദ്യം കൊണ്ടുപോയ ഓഫീസ് മുറിയിൽ ഒരു ചർച്ച നടക്കുകയായിരുന്നു.

"ആരാണ് സംഗീതം ചെയ്യുന്നത്?"

ഹസ്സൻഭായി പറഞ്ഞു: "അർജ്ജുൻ"

"ദേവരാജന്റെ ശിഷ്യനോ? ദേവരാജന്റെ ശിഷ്യന്റെ പേരു വയ്ക്കുന്നു – അത്രയേയുള്ളൂ."

വീണ്ടും ചോദ്യമായി : "ഈ അർജ്ജുനനെ ആരാണ് പരിചയപ്പെടുത്തിയത്?"

"തമ്പിസാറും ശശികുമാരൻ സാറും"

"ങാ, ആളു വരട്ടെ"

അന്തിക്കാട് മണി ഉപസംഹരിക്കുന്നു:

“സാറാണോ, ദേവരാജൻമാഷാണോ പാട്ട് ചെയ്യുന്നതെന്ന് ഇവിടെ പലർക്കും വലിയ സംശയമായിരുന്നു.”

പളനിയിൽ നിന്ന് പാടാനും ഹാർമോണിയം വായിക്കാനും പഠിച്ചതാണ് എം.കെ.അർജ്ജുനൻ. നാട്ടിൽ വന്നപ്പോൾ നാടകസമിതികളുമായി ബന്ധമായി. അങ്ങനെ സംഗീതസംവിധായകനായ ജി.ദേവരാജന്റെ കീഴിൽ കാളിദാസകലാകേന്ദ്രത്തിലെ ഹാർമോണിസ്റ്റാകുന്നു. പതുക്കെപ്പതുക്കെ ‘മാനത്തിൻ മുറ്റത്തും’ ‘ഹൃദയമുരുകി’യും അദ്ദേഹത്തിലൂടെ പുറത്തുവന്നു. ഭാസ്ക്കരൻ മാഷുടെ വരികളിൽ തുടങ്ങിയ സിനിമാഇടപാട് വഴിയേ തമ്പി-അർജ്ജുനൻ ടീമിന്റെ ഒരു ആധിപത്യമായി.

“സംഗീതസംവിധാനത്തിലെ ഗുരു, ദേവരാജൻമാഷ് തന്നെ.” അർജ്ജുനൻമാഷ് പറയുന്നു. “പക്ഷേ ഞാൻ ചെയ്യുന്ന പാട്ടുകൾ ഗുരു ചെയ്യുന്നതാണെന്ന് ആരോ പ്രചരിപ്പിച്ചിരുന്നു.”

ഈ ഗുരു ശിഷ്യനുമായി ഉടക്കിയ കഥയാണ് അടുത്തത്.

കൊല്ലം കാളിദാസകലാകേന്ദ്രം ആരംഭിക്കുന്ന ’61 മുതൽ പത്ത് മുപ്പതുവർഷം ഒന്നിച്ചു ജോലിചെയ്തവരാണ് ദേവരാജനും അർജ്ജുനനും. പെട്ടെന്ന് അവർക്കിടയിൽ ഒരു പ്രശ്നമുണ്ടായി. കെ.ടി.യുടെ ഒരു നാടകത്തിനുവേണ്ടി ദേവരാജൻ ചെയ്ത പാട്ട് അർജ്ജുനൻ അതേ സമിതിക്കുവേണ്ടി മാറ്റി ചെയ്തു. ആ പാട്ട് നന്നായോ മോശമായോ എന്നത് ഒരു പ്രശ്നമായില്ല. പ്രശ്നമായത് ദേവരാജൻ ചെയ്ത ഒന്ന് അർജ്ജുനൻ മാറ്റി ചെയ്തു എന്നതാണ്. ക്ഷിപ്രകോപിയായ ഗുരു ആഞ്ഞടിക്കുക തന്നെ ചെയ്തു: “ ഇനി മുതൽ എന്നെ വിളിക്കരുത്, കാണരുത്, കത്തയക്കരുത്...”

സാഹചര്യങ്ങൾ ബോധ്യപ്പെടുത്താൻ പോയിട്ട്, ഒന്നു മിണ്ടാൻ തന്നെ അവസരം കൊടുത്തില്ല.

ഒന്നര വർഷം അങ്ങനെ പോയി.

“പിന്നീട് എനിക്കദ്ദേഹത്തെ കാണേണ്ട ഒരാവശ്യം വന്നു.” - അർജ്ജുനൻമാഷ് പറയുന്നു.

പത്ത് വർഷം മുമ്പായിരുന്നു അത്. മദ്രാസിലെ വീട്ടിൽ ചെന്നു. കണ്ടഭാവമില്ല. എവിടുന്നോ വന്ന ഏതോ ഒരാൾ എന്ന മട്ട്. അർജ്ജുനൻമാഷുടെ മനസ്സിൽ തീപുകഞ്ഞു.

അവസാനം ശിഷ്യൻ തുടങ്ങി:

"എന്നിൽ നിന്ന് എന്തെങ്കിലും തെറ്റു വന്നിട്ടുണ്ടെങ്കിൽ ക്ഷമിക്കണം."

ഒരനക്കവുമില്ല. മാഷ് തുടർന്നു: "ഞാനിപ്പൊ വന്നത് എന്റെ ഒരു മകന്റെ കാര്യം പറയാനാണ്. അവൻ തിരുവനന്തപുരത്ത് ഒരു സ്റ്റുഡിയോ തുടങ്ങുന്നു. അങ്ങ് വന്ന് ദീപം തെളിയിച്ച് ഞങ്ങളെ അനുഗ്രഹിക്കണം."

മിന്നൽപിണർപോലെയായിരുന്നു പ്രതികരണം: എന്നാണ്?

ആ ചോദ്യം മാഷക്ക് പൂവർഷമായി. ഒരു മല ഇറക്കിവച്ച സമാധാനം.

തിയ്യതിയും സമയവുമറിയിച്ചു. സംഗീതത്തിനു പുറമെ ജ്യോതിഷമുൾപ്പെടെ എന്തൊക്കെയോ അറിയാവുന്ന ആളാണ്. ദിവസം കുഴപ്പമില്ല, സമയം ശരിയല്ല എന്നായി അദ്ദേഹം. ഒരു ജ്യോത്സ്യൻ കുറിച്ചു തന്നതാണെന്നും എന്താണെന്നു വച്ചാൽ ജോത്സ്യനോട് പറഞ്ഞ് ശരിയാക്കാമെന്നും പറഞ്ഞു. അദ്ദേഹം പുതിയ സമയം കുറിച്ചു.

അതിനുശേഷം യാത്രാടിക്കറ്റെടുക്കുന്ന കാര്യം ചോദിച്ചു. ഒന്നും വേണ്ടെന്നു പറഞ്ഞു.

നിശ്ചിത ദിവസം നിശ്ചിത സമയത്തുതന്നെ എത്തി, ദീപം കൊളുത്തി. സ്വന്തം ശിഷ്യന്മാരെ വിളിച്ച് പുജാഗാനം ചെയ്യിച്ചു. ഇന്നും തിരുവനന്തപുരത്ത് ആരഭി റിക്കാഡിംഗ് സ്റ്റുഡിയോ ഭംഗിയായി നടക്കുന്നു.

മലപോലെ വന്നത്, മഞ്ഞുപോലെ ഉരുകിപ്പോയ ഈ കഥകൂടി പറഞ്ഞ് അർജ്ജുനൻമാഷ് നിശ്ശബ്ദനായപ്പോൾ അദ്ദേഹം പാടുന്നതുപോലെ തോന്നി.... കാലമേ, നിനക്കഭിനന്ദനം.

■

എട്ട്

പത്തുനാല്പത് വർഷമായി അറുപത്തഞ്ച് വയസ്സ്

സ്വന്തം വയസ്സിനെക്കുറിച്ചു പറയുന്നത് കവിയൂർ പൊന്നമ്മ. അപ്പോൾ ഓർത്തുപോയത്:

കോളേജിൽ ചേർന്ന ഉടനെയുള്ള കാലം. എങ്ങനെയോ 15 രൂപ ടിക്കറ്റ് സംഘടിപ്പിച്ച് കോഴിക്കോട്ട് 'സ്റ്റാർ നൈറ്റി'നെത്തുന്നു. ഏറ്റവും പിൻനിരയിലാണ് സീറ്റ്. മുൻസീറ്റിൽ നിന്ന് ആരൊക്കെയോ എഴുന്നേറ്റുപോയപ്പോൾ പിൻഭാഗത്തുള്ളവർ അങ്ങോട്ട് ഇരച്ചുകയറി-കൂട്ടത്തിൽ ഞാനും. ഇപ്പോൾ ഞാൻ ഏറ്റവും മുൻനിരയിൽ സൈഡ് സീറ്റിൽ. താഴെ സ്റ്റേജിന്റെ അരികുചേർന്ന് എനിക്കു കാണാം: അവിടെ മൂന്നുപേർ നിന്ന് സംസാരിക്കുന്നു - ഷീല, ജയഭാരതി, കവിയൂർ പൊന്നമ്മ. എന്റെ കണ്ണു തള്ളിപ്പോയി. കയ്യെത്തുംദൂരത്താണ് എന്റെ സ്വപ്നഭാജനങ്ങളായ ഷീലയും ജയഭാരതിയും. പക്ഷേ കവിയൂർ പൊന്നമ്മ... ഞാനന്തം വിട്ടു. ചേച്ചിയോ അമ്മയോ ഒന്നുമല്ല അവർ. ആരും കൊതിച്ചുപോകുന്ന മറ്റൊരു സുന്ദരി.

പില്ക്കാലത്ത് എന്റെ സ്നേഹസാമ്രാജ്യത്തിലെ സിംഹാസനത്തിലിരുന്ന ഉമ്മൂക്കയോട് (നടൻ കെ.പി. ഉമ്മർ) ഞാനിതു പറഞ്ഞു. അദ്ദേഹം എന്നെ കളിയാക്കി - നിന്റെയൊരു സൗന്ദര്യസങ്കല്പം! പിന്നെ ചിലപ്പോൾ അദ്ദേഹം സുഹൃദ്സദസ്സുകളിൽ കാച്ചും - ഇവൻ കവിയൂർ പൊന്നമ്മയുടെ ആരാധകനാ!

ഇക്കഥകൾ പറഞ്ഞുകൊണ്ടാണ് ആലുവാ പെരിയാർ ഗാർഡൻസിലെ 'പുഴയോരം' എന്ന വീട്ടിൽ കവിയൂർ പൊന്നമ്മയുമായി സംസാരിച്ചു തുടങ്ങിയത്. അവർ അതീവ ഹൃദ്യമായി ചിരിച്ചു. എന്റെ സുഹൃത്തുക്കളായ 'അനിൽ-ബാബു' ദ്വന്ദ്വങ്ങളിലെ ബാബു ഒരിക്കൽ പറഞ്ഞ അനുഭവം അവർ ഉദ്ധരിച്ചു.

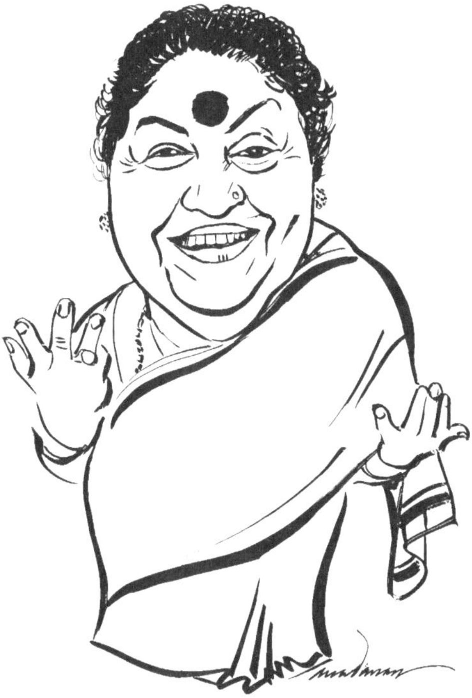

കോഴിക്കോട്ട് 'അവളുടെ രാവുകളു'ടെ ഷൂട്ടിങ്ങ്. കവിയൂർ പൊന്നമ്മയുടെ സീനാണ് എടുക്കുന്നത്. വലിയ ജനക്കൂട്ടം. ആരൊക്കെയോ മതിലിൽ പാഞ്ഞുകയറി. പോലീസിടപെട്ടു. ബാബുവിനും കിട്ടി അടി.

"പൊന്നമ്മച്ചേച്ചിയെ കാണാൻ വന്നപ്പൊ കിട്ടിയ അടിയുടെ ചൂട് ഇപ്പോഴും മാറിയിട്ടില്ല." - ബാബു പറഞ്ഞു.

കഴിഞ്ഞ ദിവസം അനിലിന്റെ അമ്മ പറഞ്ഞ കാര്യവും അവരോർത്തു: "ഞാനിവനെ ഗർഭത്തിൽ കൊണ്ടുനടക്കുന്ന സമയത്താണ് 'കുടുംബിനി' കണ്ടത്."

കൂട്ടത്തിൽ അവിടെയുണ്ടായ രസമുള്ള മറ്റൊരു തരം അനുഭവവും പങ്കുവച്ചു അവർ. മോഹൻലാലിന്റെ അച്ഛൻ മരിച്ചതിന്റെ പിറ്റേന്ന് നാട്ടുകാർ ചോദിച്ചു: "മോന്റച്ഛൻ മരിച്ചിട്ട് പോയില്ലേ?" ജനങ്ങൾക്ക് മോഹൻലാൽ-കവിയൂർ പൊന്നമ്മ കോമ്പിനേഷനോടുള്ള ഇഷ്ടം ആ ചോദ്യത്തിൽ.

സംഗീതം പഠിച്ചുകൊണ്ടാണ് പൊന്നമ്മ കലാജീവിതം ആരംഭിക്കുന്നത്. 11-ാം വയസ്സിലായിരുന്നു അരങ്ങേറ്റം. 'അറിയാത്തതുകൊണ്ട് നന്നായി പാടി. എം. എസ്. സുബ്ബലക്ഷ്മിയാണെന്ന് സ്വയം വിചാരിച്ചു.' - അവർ പറയുന്നു. പിന്നീട് കച്ചേരികൾക്ക് പോകാറുണ്ടായിരുന്നു. ആയിടയ്ക്കാണ് തോപ്പിൽഭാസിയും ദേവരാജൻമാഷും അച്ഛനെ കാണാൻ വരുന്നത്. (വഴിയിൽ അവരെ കണ്ടിരുന്നു. അവരാരാണെന്നോ അവരുടെ വലുപ്പമെന്താണെന്നോ ഒന്നും അറിയാമായിരുന്നില്ല.) പാടുമെന്ന് കേട്ടിട്ട് വന്നതായിരുന്നു അവർ. അവർക്ക് ഒരു പാട്ടുകാരി വേണം. 'പഠിപ്പു പോകും, ശരിയാവില്ല' എന്ന് അമ്മ പറഞ്ഞെങ്കിലും, പാടാൻ പോകേണ്ടി വന്നു. പതുക്കെ, പാടാൻ ചെന്ന ആൾ അഭിനേതാവുമായി. പി.ജെ. ആന്റണിയുടെ പ്രതിഭാ ആർട്സ് കെ.പി.എ.സി. ഏറ്റെടുത്ത കാലമായിരുന്നു അത്. അവരുടെ 'മൂലധനം' നാടകത്തിലാണഭിനയിക്കുന്നത്. പേടിച്ച് കരഞ്ഞുപോയിരുന്നു. ഭാസിയാശാൻ പറഞ്ഞു. "ഒന്നും പേടിക്കണ്ട. ഞാൻ പറയുമ്പോലെ ചെയ്താ മതി."

പേരിൽ 'കവിയൂർ' ഉണ്ടെങ്കിലും കവിയൂരിൽ രണ്ടരവർഷമേ ഉണ്ടായിട്ടുള്ളൂ. ആദ്യം പൊൻകുന്നത്തായിരുന്നു - 9 വയസ്സുവരെ. പിന്നെ ചങ്ങനാശ്ശേരിയിൽ 3 വർഷം. അതു കഴിഞ്ഞാണ് കവിയൂരിലെത്തുന്നത്. പിന്നീട് നാല് വർഷം കൊല്ലത്ത്. ജീവിതത്തിന്റെ നല്ല ഭാഗം മദ്രാസിലാണ് - 37 വർഷം. ആലുവായിലെത്തിയിട്ട് 5 വർഷേ ആയുള്ളൂ.

പ്രകൃതിയിലും പ്രകൃതിയുടെ നിഗൂഢതകളിലും അഭിരമിക്കുന്നതിനെക്കുറിച്ച് കവിയൂർ പൊന്നമ്മ സംസാരിച്ചത് വേറിട്ട ഒരനുഭവം തന്നെയായിരുന്നു. കുട്ടിക്കാലത്ത് മൂടിപ്പുതച്ച മലകൾ കാണുമ്പോൾ അതിന്റെ വിമ്മിപ്പൊട്ടുന്ന മുഖം അവരിൽ കരച്ചിലുയർത്തുമായിരുന്നു. ഇതാരോടും പറയാനും വയ്യ. കുട്ടി എന്തോ കണ്ട് പേടിച്ചു എന്നായിരുന്നു വീട്ടുകാരുടെ നിഗമനം. പ്രപഞ്ചത്തിൽ എന്തോ രഹസ്യം തിരയുന്ന മനസ്സാണ് അവർക്ക്. വിമാനത്തിൽ പോകാവുന്ന സ്ഥലത്തും, സാധിച്ചാൽ, കാറിൽ പോകുന്ന പ്രകൃതവും പക്ഷി-മൃഗാദികളിലുള്ള കമ്പവും ഈ സ്വഭാവത്തിൽ അലിഞ്ഞുചേർന്നിരിക്കുന്നത് ഈ പ്രകൃതി സ്നേഹത്തിന്റെ തുടർച്ച തന്നെ.

കവിയൂർ പൊന്നമ്മയുടെ അടുത്തിരിക്കുമ്പോൾ സ്വന്തം കുടുംബത്തിലെ പ്രിയപ്പെട്ട ഒരംഗത്തോടൊപ്പമിരിക്കുന്ന ഫീലിങ്ങ്. കുട്ടിക്കാലത്തേ കണ്ടു തുടങ്ങിയ മുഖം. ഇപ്പോഴും നല്ല തേജസ്സ്. വയ

സ്സെത്രയായിട്ടുണ്ടാവും? സിനിമാനടികളോട് വയസ്സ് ചോദിക്കാമോ? ഹൃദയംതുറക്കുന്ന രീതിയിലാണ് ഇതുവരെയും അവർ സംസാരിച്ചത്. ആ ബലത്തിൽ ചോദിക്കുകതന്നെ ചെയ്തു. അവർ കൃത്യമായ മറുപടിയും തന്നു. ജനനത്തിയ്യതി: ജനുവരി 4, 1945, "സർട്ടിഫിക്കറ്റിൽ ഒരു വയസ്സ് കൂടുതൽ കാണാം. 5 വയസ്സുള്ളപ്പോൾ 6 കാണിച്ചാണ് സ്കൂളിൽ ചേർത്തത്. പണ്ടൊക്കെ 6 വയസ്സായിരുന്നു സ്കൂൾ പ്രവേശനം." ഏതായാലും അവരെ കണ്ടാൽ 62 വയസ്സ് തോന്നുകയേ ഇല്ല. "പത്ത്നാല്പത് വർഷമായി എനിക്ക് അറുപത്തഞ്ച് വയസ്സാ..." - അവർ കുലുങ്ങിച്ചിരിച്ചു. 21-ാം വയസ്സിൽ 'തൊമ്മന്റെ മക്കളി'ൽ തുടങ്ങിയതാണ് അമ്മ വേഷം. അതിൽ സത്യന്റെ അമ്മയായിരുന്നു.

ഇതിനകം ആയിരത്തിലധികം ചിത്രങ്ങളിലഭിനയിച്ചു കവിയൂർ പൊന്നമ്മ. നാമിവിടെ ഇടപെട്ട എല്ലാവരെക്കുറിച്ചും അനുഭവത്തിന്റെ വെളിച്ചത്തിൽ അവർക്ക് സംസാരിക്കാനാവും.

ടി.ഇ. വാസുദേവൻ സാറ് 'പർഫക്ട് ജന്റിൽമാൻ' എന്ന പ്രയോഗത്തിന് തികച്ചും അർഹനാണെന്ന് അവർ പറയുന്നു. അദ്ദേഹത്തെക്കുറിച്ച് കുറേ തമാശകളും പറഞ്ഞു അവർ. പെണ്ണുങ്ങളുമായി സംസാരിക്കില്ല. അവരെ കാറിൽ കേറ്റില്ല. ഏതോ ആർട്ടിസ്റ്റ് അബദ്ധത്തിൽ കാറിൽ കേറിയതുകൊണ്ട് അതു കഴുകിച്ചു എന്നൊരു കഥയുമുണ്ട്. അതുപോലെ വേറെ വീടുകളിൽ പോയാൽ ഭക്ഷണം കഴിക്കില്ല. പ്രത്യേക ക്യാരക്ടറാണ്. എന്നാൽ ഉള്ളിൽ നല്ല സ്നേഹമാണ്. അടുത്ത കാലത്ത് ഒരു കല്യാണത്തിനുകണ്ടപ്പോൾ 'പൊന്നമ്മ' എന്നു വിളിച്ച് കൈപിടിച്ചു. കൈക്കു പിടിച്ച് സ്നേഹം പ്രകടിപ്പിക്കുന്നതാദ്യമാണ്.

ടി.ഇ.വാസുദേവന്റെ 'ഭർത്താവ്' എന്ന സിനിമയിലഭിനയിച്ചതിനെക്കുറിച്ചോർക്കുമ്പോൾ ഇപ്പോഴും ഒരു കിടിലമാണ് പൊന്നമ്മയ്ക്ക്. മുത്തയ്യയുടെ ഭാര്യയായിട്ടായിരുന്നു അതിൽ. ഭർത്താവ് ഭാര്യയെ അടിക്കുന്ന ഒരു സീൻ ഉണ്ടായിരുന്നു. മുത്തയ്യ അഭിനയിക്കുമ്പോൾ അഭിനയിക്കുകയാണെന്ന് ഓർക്കില്ല. പൊന്നമ്മയെ ശരിക്ക് അടിക്കുക തന്നെ ചെയ്തു. ആദ്യമായി കൊള്ളുന്ന ശരിക്കുള്ള അടിയായിരുന്നു അത്. 'ശരിക്കും അടിച്ചതുതന്നെയാണോ' എന്നു നോക്കിയ സീൻ അങ്ങനെത്തന്നെ ആ സിനിമയിലുണ്ട്.

നവോദയ അപ്പച്ചൻ വളരെ അച്ചടക്കമുള്ള ആളാണ്. നല്ല മനുഷ്യൻ. ഉദയായുടെ 'ജയിലി'ൽ സത്യന്റെ അമ്മയായിട്ടുണ്ട്. 'നവോദയ'വന്നപ്പോൾ മാമാങ്കത്തിലും, അവർ സാജനിൽ നിന്നേറ്റെടുത്ത

കടത്തനാടൻ അമ്പാടിയിലും അഭിനയിക്കുകയുണ്ടായി. ജോസ്പ്ര കാശിനെ 'വില്ലൻ' എന്നു വിളിക്കുന്നതിനെക്കുറിച്ച് പറഞ്ഞ് പൊന്നമ്മ കുറേ ചിരിച്ചു. ഇത്രയും ഒരു പാവം വേറെയില്ല. അദ്ദേ ഹത്തിന് സിനിമ നല്കിയ ഇമേജ് മാത്രമാണ് വില്ലത്തരം.

ശോഭനാപരമേശ്വരൻ നായർ നല്ല കലാബന്ധങ്ങളും കൂടുതൽ വായനയുമുള്ള വളരെ സഹൃദയനായ വ്യക്തിയാണ്. മലയാള സിനിമ മദിരാശിയിലായിരുന്നപ്പോൾ സത്യൻ, നസീർ, മധു.... ഇവരിൽ ആരെങ്കിലുമായി പൊന്നമ്മ ഒന്നിച്ചഭിനയിക്കുന്നുണ്ടാകും. പല സെറ്റിലും പരമു അണ്ണനുമായി കാണും. അദ്ദേഹത്തിന്റെ തുലാ വർഷത്തിൽ വർക്ക് ചെയ്തിട്ടുണ്ട്.

വിൻസന്റ്മാസ്റ്റർ മുൻശുണ്ഠിക്കാരൻ. പക്ഷേ പരമശുദ്ധൻ. മനസ്സുകൊണ്ടിഷ്ടപ്പെട്ടാൽ ആരെയും അംഗീകരിക്കും. എന്തു കൊണ്ടോ പൊന്നമ്മ ആദ്യം അദ്ദേഹത്തിന്റെ 'ഗുഡ്ബുക്കി'ലായി രുന്നില്ല. പറ്റാത്ത എന്തെങ്കിലും പറഞ്ഞാൽ സെറ്റിൽ നിന്നിറങ്ങി പ്പോകാൻ തയ്യാറായാണ് ഓരോ ദിവസവും ഷൂട്ടിങ്ങിന് ചെന്നിരു ന്നത്. ഭാഗ്യത്തിന് കുഴപ്പമൊന്നുമുണ്ടായില്ല. മാത്രമല്ല ക്രമേണ 'ഗുഡ്ബുക്കി'ലുമായി. ഒരിക്കൽ പൊന്നമ്മ ഒരു ഡയലോഗ് തെറ്റിച്ചു. ഇഷ്ടക്കൂടുതൽ പ്രകടിപ്പിച്ചതിങ്ങനെ: "വർമ്മാ അത് രണ്ട് പ്രാവശ്യം തെറ്റിയല്ലോ.. അതെഴുതിയത് ശരിയായില്ലേ?" ഒരു പ്രശ്നമുള്ളത് പുള്ളി പറയാനുള്ളതിന്റെ പകുതിയേ പറയൂ എന്നുള്ളതാണ്. ബാക്കി നമ്മൾ മനസ്സിലാക്കണം. പുള്ളിയുടെ മനസ്സിലുള്ളത് നമ്മൾ മനസ്സിലാക്കണമെന്നാണ് അദ്ദേഹത്തിന്റെ ഉള്ളിലുള്ളത്. ചില ആർട്ടിസ്റ്റുകൾക്കിടയിൽ അറിയാതെ ഒരു ലിങ്ക് ഉണ്ടാകുമല്ലോ - അതദ്ദേഹം പ്രതീക്ഷിക്കുന്നു. അസുരവിത്ത്, നിഴലാട്ടം, തീർത്ഥ യാത്ര, ആഭിജാത്യം എന്നീ വിൻസന്റ് ചിത്രങ്ങളിലെല്ലാം പൊന്ന മ്മയുണ്ട്.

സേതുമാധവന്റെ 'ഓടയിൽ നിന്ന്' എന്ന ചിത്രത്തിൽ കുട്ടിപ്പ ത്മിനിയായും ഒരു പെണ്ണിന്റെ കഥയിലും കരകാണാക്കടലിലും സത്യന്റെ ഭാര്യയായും അഭിനയിച്ചിട്ടുണ്ട്. "സേതുമാധവൻ സാറ് എന്നെ പൊന്നുമണി, ഗോൾഡ് മദർ എന്നൊക്കെയാണ് വിളിക്കുക. ഗുരുവിനെപ്പോലുള്ള വ്യക്തിയാണ്. നമുക്ക് ബഹുമാനം തരും."

ഓടയിൽ നിന്ന് ഷൂട്ട് ചെയ്യുമ്പോൾ ഒരു രസമുണ്ടായി. തമിഴന്മാർ 'മലയാളത്താന്മാർ' എന്ന് നമ്മെക്കുറിച്ച് പരിഹാസ ത്തോടെ പറയുന്ന കാലമാണിത്. രാത്രി 10 മണി മുതൽ 2 വരെയൊക്കെയാവും മലയാളപടങ്ങളുടെ ഷൂട്ടിങ്ങ്. രാത്രി പൊന്നമ്മ

ഉറങ്ങിക്കിടക്കുന്ന ഒരു സീനാണെടുക്കേണ്ടത്. പൊസിഷനിൽ കിടക്കാൻ പറഞ്ഞു.

പൊന്നമ്മ കിടന്നു; ഒരുവശം ചെരിഞ്ഞ് ഉറങ്ങിക്കിടക്കുകയാണല്ലോ വേണ്ടത്. പതുക്കെ കണ്ണുകളിലേക്ക് മയക്കം വന്നുവീണു. ചുറ്റുപാടുമുള്ള ശബ്ദങ്ങൾ നേർത്തുവന്നു. പിന്നെ അങ്ങുറങ്ങിപ്പോയി. ഷോട്ട് ഓകെ. ആരോ പറഞ്ഞിട്ടുണ്ടാവണം. എന്തേ ചാടി എഴുന്നേല്ക്കാത്തത് എന്നും അമ്പരന്നിട്ടുണ്ടാവണം. ആരോ തട്ടി വിളിച്ചപ്പോഴാണ് കണ്ണു തുറന്നത്. ആ സീൻ അങ്ങനെ വളരെ റിയലിസ്റ്റിക്കായി.

സത്യൻ, നസീർ, മധു, സുകുമാരൻ, സോമൻ, രാഘവൻ, വിൻസന്റ്, മമ്മൂട്ടി, മോഹൻലാൽ മുതലായ എല്ലാ നായകന്മാർക്കും ഒപ്പം പ്രവർത്തിച്ചിട്ടുണ്ടല്ലോ കവിയൂർ പൊന്നമ്മ. സാന്ദർഭികമായി അവർ സത്യനേയും നസീറിനേയും പരാമർശിച്ചു.

"കരകാണാക്കടൽ ചെയ്യുമ്പോൾ സത്യൻ രോഗത്തിന്റെ മാക്സിമത്തിലായിരുന്നു. ഞങ്ങൾക്കെല്ലാമറിയാം, എന്തോ അസുഖമുണ്ടെന്ന്. എന്താണെന്നറിയില്ല. തലയിൽ ഐസ് വയ്ക്കുന്നു. മൂക്കിൽ കോട്ടൺ വയ്ക്കുന്നു. രണ്ടും മാറ്റിയ ശേഷം അഭിനയിക്കുന്നു. ഷൂട്ട് കഴിഞ്ഞ് വീണ്ടും പഞ്ഞിവയ്ക്കുന്നു. ഒരിക്കൽ ഏർക്കാട്ടെ ലൊക്കേഷനിൽനിന്ന് സത്യനെ ഹോസ്പിറ്റലിലാക്കാൻ കാറിൽ ഞാനുമുണ്ടായിരുന്നു. എം.ഒ.ജോസഫ്സാറിന്റെ കൂടെയാണ്. ഹോസ്പിറ്റലിന്റെ മുമ്പിലിറങ്ങിയതും സത്യൻ ഒരാംഗ്യം കാട്ടി. ഞങ്ങളോട് പൊയ്ക്കൊള്ളാനായിരുന്നു അത്. പോകുന്നില്ലെന്നു കണ്ടപ്പോൾ ആ മുഖം വിളിച്ചു പറയുകയായിരുന്നു - വരണ്ട, നിങ്ങൾ നിങ്ങളുടെ പാടുനോക്കി പൊയ്ക്കോ.... ആർക്കും കൂടെ ചെല്ലാൻ ധൈര്യമുണ്ടായില്ല.

സത്യനെ കണ്ടാൽ ഭയങ്കരനാണെന്നു തോന്നും. എല്ലാവർക്കും പേടിയായിരുന്നു. സ്നേഹമായി പെരുമാറില്ല എന്നു തോന്നും. അടുത്തറിയാവുന്ന ആൾക്കാർക്കറിയാം, പാവമാണ്. വലിയ ആത്മാർത്ഥതയായിരുന്നു. മോഷ്ടിക്കാൻ പോയാൽ അതും ആത്മാർത്ഥമായി ചെയ്യണമെന്നു പറയുമായിരുന്നു.

സത്യന്റേതുപോലൊരു മരണം മലയാള സിനിമയിലുണ്ടായിട്ടില്ല. കെ.ജെ.ഹോസ്പിറ്റലിലെ ഗാർഡനിൽ മലയാള സിനിമയിലെ എല്ലാവരും, എന്തെങ്കിലും സംഭവിക്കുമോ എന്ന ഉത്കണ്ഠയോടെ ശ്വാസമടക്കിപ്പിടിച്ച് നില്ക്കുകയായിരുന്നു.

പ്രേംനസീറിനെ കണ്ടാൽ സ്നേഹത്തിന്റെ നിറകുടം എന്നു തോന്നുമെന്ന് പൊന്നമ്മ പറഞ്ഞു. മനസ്സും ശരീരവും നിറയെ സ്നേഹം. ഏറ്റവും കൂടുതൽ അഭിനയിച്ചത് നസീറിന്റെ കൂടെയാണ്.

അവസാനമായി എം.കെ. അർജ്ജുനനെപ്പറ്റി:

കാളിദാസകലാകേന്ദ്രത്തിൽ എം.കെ.അർജ്ജുനനുമായി സഹകരിച്ച് പ്രവർത്തിച്ചിട്ടുണ്ട് കവിയൂർ പൊന്നമ്മ. അർജ്ജു എന്നാണ് അദ്ദേഹത്തെ അവർ വിളിക്കുന്നത്. എല്ലാവരോടും വലിയ ഇഷ്ടമാണ്. വളരെ പതുക്കെയേ സംസാരിക്കൂ. പരിചയപ്പെടുന്ന കാലത്ത് ഹാർമോണിസ്റ്റായിരുന്നു.

“പഴയ ആൾക്കാരെ കാണുമ്പോൾ മനസ്സിൽ ഒരു നിറവാണ്, സന്തോഷം”

എന്നും അറുപത്തഞ്ചു വയസ്സായ ‘അമ്മ മനസ്സിൽ’ സ്നേഹസ്മരണകളുടെ ഗൃഹാതുരത. അത് നമ്മളിലേക്കും പടരുന്നു.

■

സീക്വൻസ് രണ്ട്

ഇതു ഞങ്ങളുടെ അന്നത്തെ ചിരിയുടെ രഹസ്യം

തിയേറ്ററിൽ നിലയ്ക്കാത്ത ചിരി. എന്തേ ചിരിച്ചതെന്നു നാം ഓർത്തു വയ്ക്കാറുണ്ടോ? ചിരിപ്പിക്കുന്ന കഥാപാത്രങ്ങളിലൂടെ പ്രിയപ്പെട്ട താരങ്ങളായി മാറിയവരാണ് ശ്രീനിവാസൻ, ജഗദീഷ്, മാമുക്കോയ, ഫിലോമിന തുടങ്ങിയവർ. ജീവിതാനുഭവങ്ങളിൽ നിന്നും മുമ്പൊക്കെ ഇവർ എങ്ങനെയാണു ഹാസ്യം കണ്ടെടുത്തത്? കഥാപാത്രങ്ങൾക്കു തനതായി ചേർത്ത പൊലിമകൾ എന്തെല്ലാമാണ്? തൊണ്ണൂറുകളുടെ ആദ്യ പകുതിവരെയുള്ള ചില സിനിമകളിലൂടെ......

ഇവിടെയും കാലം ഒരു പ്രധാന കഥാപാത്രം തന്നെ.

ഒന്ന്

അയാളുടെ ജീവിതത്തിലെ ഒരു സീനും ഞാനെടുത്തിട്ടില്ല

ശ്രീനിവാസന്റെ ചിരിയിലേക്കു കടന്നുചെല്ലുംമുമ്പ്: ശ്രീനി മട്ടന്നൂർ എൻ.എസ്.എസ്. കോളേജിൽ പഠിക്കുന്ന കാലം. കുറേശ്ശെ ഫുട്ബോൾ കളിയൊക്കെ വശമുണ്ട് ആശാനന്ന്.

ഒരു ദിവസം ....ശ്രീനിയോടൊപ്പം ടീമിൽ ഫുട്ബോൾ കളിക്കുന്ന ഒരു ചങ്ങാതിയെ ഗേൾസ് ഹോസ്റ്റലിനു സമീപം കാണുന്നു. അവനെന്ത് അവിടെ കാര്യം? ഒരെത്തും പിടിയും കിട്ടിയില്ല.

പിന്നീടാണു ശ്രീനി കാര്യങ്ങളറിയുന്നത്. കതിരൂർക്കാരനായ ഈ ചങ്ങാതിയെ കൂട്ടുകാർ കുരങ്ങു കളിപ്പിക്കുകയാണ്. ഏതുനേരത്തും ഒന്നിച്ചുനടക്കുന്ന രണ്ടു പെൺകുട്ടികളിലൊന്നിനെ ഇയാൾ ഉന്നംവച്ചിട്ടുണ്ട്. അതറിയാവുന്ന, മോര്ബാലനും ശ്രീധരനുമടക്കമുള്ള ശ്രീനിയുടെ സുഹൃത് സംഘം ആ പെൺകുട്ടിയുടെ പേരുവച്ച് ഇയാൾക്കു കത്തെഴുതുന്നു.

കോളേജിലെ ലറ്റർബോർഡിൽ കിടക്കുന്ന കത്തു തുറന്ന്, അതിൽ അവളുടെ പേരു കണ്ടപ്പോൾ അതു വേഗം ബനിയനകത്തിട്ട് 'നമുക്ക് പിന്നെ കാണാട്ടോ' എന്നും പറഞ്ഞ് ഒരോട്ടമായിരുന്നു ചങ്ങാതി. അവർ വീണ്ടും കത്തുകളെഴുതി, ഇയാളെ എന്തെല്ലാം വേഷങ്ങളാണെന്നോ കെട്ടിച്ചത്?

"ചേട്ടനെന്തിനാണ് ആൾക്കാരുടെ മുമ്പിൽവച്ചെന്നെ നോക്കുന്നത്? എട്ടരമണിക്കു ഞാൻ ഹോസ്റ്റലിൽ നിന്നിറങ്ങും. ആ വഴിക്കു വരണം. എനിക്കു കാണണം." കത്തിലിങ്ങനെ എഴുതും. ആൾ പറഞ്ഞ സ്ഥലത്തു റെഡി! കാഴ്ചക്കാരായി സംഘവും!

ചിലപ്പോൾ കത്ത് ഇങ്ങനെയാവും: ചേട്ടൻ ചുവന്ന ഷർട്ടിടുന്നതാണെനിക്കിഷ്ടം. പൊടിമീശവയ്ക്കുന്നതാണു ചന്തം..... ആൾ ചുവന്ന ഷർട്ടിട്ടു; പൊടിമീശവച്ചു.

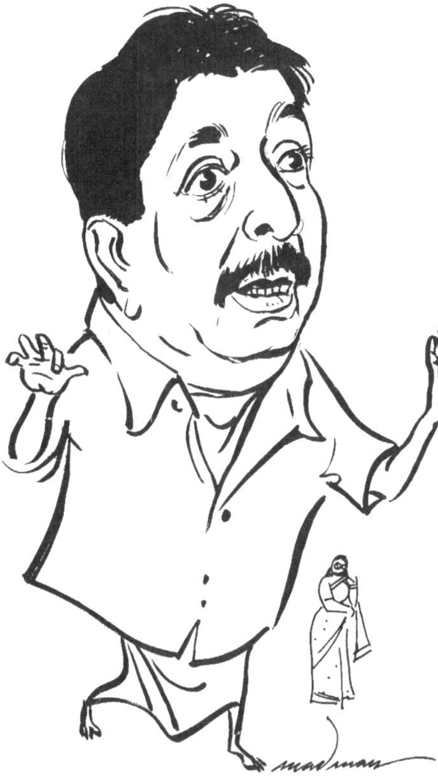

നോക്കണേ, ചങ്ങാതി അകപ്പെട്ട പൊല്ലാപ്പ്! പെൺകുട്ടിക്ക് ഈ വിവരങ്ങളൊന്നുമറിയില്ലെന്നതാണു മറ്റൊരു തമാശ. വേറെയും ഒരു തമാശയുണ്ടായി. ഈ ചങ്ങാതിയുടെ സപ്പോർട്ടിനു പോയ ശങ്കര നാരായണൻ അവളുടെ കൂടെയുണ്ടാവാറുള്ള കുട്ടിയുമായി അനുരാഗത്തിലായി.

എന്നും കാഴ്ച കാണാൻ ശ്രീനിയുമുണ്ടാകും, ഒന്നിലും ഭാഗഭാക്കാവാതെ സാക്ഷിയായി. 'പാവം പാവം രാജകുമാരനി'ൽ നമ്മുടെ ചങ്ങാതിയെ അവതരിപ്പിക്കുന്ന ശ്രീനിവാസൻ ആ കഥയ്ക്കു പിന്നിലെ കഥ പറയുകയായിരുന്നു.

'ഒരു കഥയാലോചിക്കുമ്പോൾ നാട്ടിലുള്ള മുഴുവൻ ആളുകളുടെയും മനസ്സിൽ ഞാൻ കറങ്ങിത്തിരിയും. അവരുടെ ജീവിതത്തിലെ ചില കഷണങ്ങൾ അതിലുണ്ടാവും. എന്നാൽ ഫുൾലംഗ്ത് സ്റ്റോറി

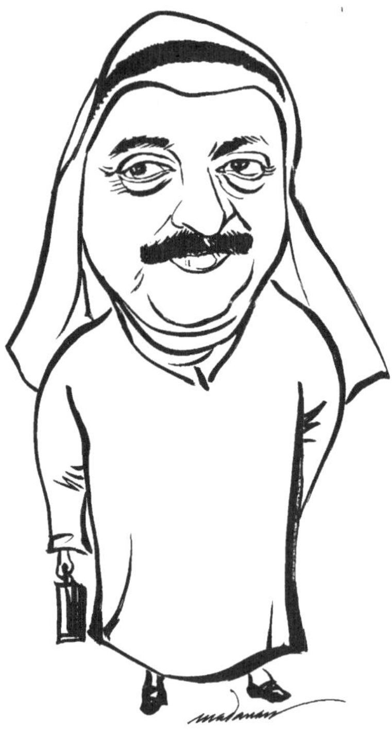

നേരെ പകർത്തിയിട്ടില്ല. അതിനാൽ എനിക്കെതിരെ ഒരു കേസു കൊടുത്താൽ ജയിക്കില്ല.'

സാഹിത്യത്തിൽ നിന്നു സിനിമയിലേക്കുള്ള ദൂരം

"കോളേജിൽ പഠിക്കുന്ന കാലത്തു ചില കഥകളൊക്കെ എഴുതിയിട്ടുണ്ട്. അവയെ ചെറുകഥ എന്നു പറയാൻ പറ്റില്ല. ശരിയാവില്ലെന്നു കണ്ടു നിർത്തി.

സിനിമയുടേത് ഒരു സൂത്രപ്പണിയാണ്. ആ സൂത്രപ്പണി നമ്മൾ വെറുതെ കുറച്ചുകാലം സിനിമയ്ക്കകത്തു വായ്നോക്കി നടക്കുമ്പോൾ തിരിച്ചറിയുന്ന സാധനങ്ങളാണ്. കെ. ജി. ജോർജ്ജിന്റെ സിനിമകളുടെ അണിയറപ്പണികളിൽ ഏർപ്പെട്ടപ്പോഴുണ്ടായ പരിചയമാണു ശരിക്കു പറഞ്ഞാൽ ഇതിന്റെ ടെക്നിക്കുകളെപ്പറ്റി മിനിമം ധാരണയുണ്ടാവാൻ കാരണം."

“കഥയും നോവലുമൊക്കെ നാം ഒറ്റയ്ക്കു വായിക്കുന്നു. പക്ഷേ നമ്മൾ ഒറ്റയ്ക്കാസ്വദിക്കുന്ന പലതും സിനിമയിൽ ആസ്വദിക്കുന്നില്ല. സിനിമ കാണുമ്പോൾ കൂടെ കുടുംബമുണ്ട് എന്ന ബോധമുണ്ട്. ഒറ്റയ്ക്കല്ല എന്ന വികാരം വളരെ പ്രസക്തമാണിവിടെ-പരസ്യമായ ഒരു സ്വകാര്യമാണിത്. സ്വകാര്യമായി ഒരാൾ ബ്ലൂഫിലിം കണ്ടെന്നി രിക്കും. ഇതേ സമയം സ്ക്രീനിൽ ഒരംശം കാണിച്ചാൽ എന്താ ഈ കാണിച്ചത് എന്ന ചോദ്യമാവും. സൊസൈറ്റി തകർന്നു എന്ന മട്ടാവും. ഞാനൊരു ആൾക്കൂട്ടത്തിലെ വളരെ നല്ലൊരു പ്രതിനിധി യാണ് എന്ന ബോധമാണപ്പോൾ. അവന്റെ ഹിപ്പോക്രസി മനസ്സി ലാക്കി അവന്റെ മാന്യത കള്ളത്തരങ്ങളിലൂടെ സൂക്ഷിക്കുന്ന ഒരു മീഡിയമാണിത്.”

‘പാവം രാജകുമാരനെ’ മാറ്റിമറിച്ചതെങ്ങനെയെന്നു ശ്രീനി വെളി പ്പെടുത്തി. “പുള്ളി ഞാനഭിനയിച്ചപോലെ വിരൂപനല്ല. വെളുത്തു ചുവന്ന പൊക്കമുള്ള ഒരു സുന്ദരൻ.” ശ്രീനി ‘സുന്ദരനാ’വുകയാ യിരുന്നു. ‘കറുത്ത് പൊക്കം കുറഞ്ഞ ആ സുന്ദരനും’ മലയാള സിനിമയിൽ നായകനാവാം എന്നു തെളിയിക്കുകയായിരുന്നു. “വിഡ്ഢിക്കഥാപാത്രങ്ങൾക്കു നായകസ്ഥാനമുണ്ടാക്കിക്കൊടു ത്തത് ആസൂത്രിതമായിട്ടൊന്നുമല്ല. എനിക്കു തന്നെ അറിയാത്ത കാരണങ്ങൾ അതിനു പിന്നിലുണ്ടാവാം.”

സിനിമ ശ്രീനിയുടെ വിദൂരസ്വപ്നത്തിൽപ്പോലും ഇല്ലായിരുന്നു. തന്നെക്കൊണ്ടു സാധിക്കും എന്നും വിചാരിച്ചിട്ടില്ല. ഒരു കഥ ഒരു നുണക്കഥ’യ്ക്കു വേണ്ടിയാണ് ഇന്നസെന്റിനോടൊത്ത് ആദ്യത്തെ സ്ക്രിപ്റ്റെഴുതിയത്. ഇന്നസെന്റു തന്നെയായിരുന്നു അതിനുള്ള പ്രേരണ. ഇന്നസെന്റിന്റെ തന്നെ കഥയെഴുതാൻ ഇന്നസെന്റിന്റെ കൂടെ ചേർന്നു എന്നുമാത്രം.

‘തലയിണമന്ത്ര’ത്തിലെ ഉർവശിയുടെ വേഷം നാം കണ്ടിട്ടുള്ള ആ വകുപ്പിൽ വരുന്ന സ്ത്രീയുടെ ഒരു ജനറലൈസേഷൻ മാത്ര മാണെന്നു ശ്രീനി പറഞ്ഞു, എന്നാൽ ‘സന്മനസ്സുള്ളവർക്കു സമാധാന’ ത്തിൽ മോഹൽലാലിലൂടെ കൊണ്ടുവന്നതു സ്വന്തം അച്ഛനെയാണ്.

സ്കൂൾമാഷായിരുന്ന അച്ഛൻ സ്കൂളിൽ പോയതിനെക്കാൾ കൂടുതൽ പോയതു കോടതിയിൽ കേസു നടത്താനാണ്. സ്കൂളിൽ പോണില്ലേ എന്നു ചോദിക്കുന്നതിനു പകരം ‘കോടതിയിൽ പോണില്ലേ’ എന്നാണ് ആളുകൾ അച്ഛനോടു ചോദിച്ചത്, വക്കീലിനു പോലും നിയമം പറഞ്ഞുകൊടുക്കുന്ന ആളായിരുന്നു.

സിനിമയിലെ സത്യം

വടക്കുനോക്കി യന്ത്രത്തിലെ ഭാര്യയെ സംശയിക്കുന്ന ആൾ മദ്രാസിൽ ശരിക്കും ഉള്ളതാണ്. ഭാര്യയെ അകത്തിട്ടു വീടുപൂട്ടി തക്കോലുമായാണു കക്ഷി പുറത്തുപോവുക. ശ്രീനിയെ മാത്രം വലിയ വിശ്വാസമായിരുന്നു.

ഒരു ദിവസം അയാൾ ശ്രീനിയോടു പറഞ്ഞു: "ഇവൾ മദിരാശിയിൽ ആദ്യമല്ല. വന്നിട്ടു മൂന്നു നാൾക്കകം അസൽ തമിഴ് സംസാരിക്കുന്നു. നേരത്തെ മറ്റാരുടെയോ കൂടെ വന്നു തമിഴൊക്കെ പഠിച്ചതാണ്."

ദിവസവും ശ്രീനിയെ മാറ്റിനിർത്തി ഇങ്ങനെ ഓരോ സ്വകാര്യമുണ്ടാവും. കേൾക്കാൻ വേറെ ആരുമില്ലെങ്കിലും മാറ്റിനിർത്തിത്തന്നെയാണു പറയുക,.

ഒരിക്കൽ ഇയാൾ കതകിനു പിന്നിൽ അലുമിനിയപ്പാത്രങ്ങൾ വച്ചു. തുറക്കുമ്പോൾ ചടപടാ വീഴും. പക്ഷേ ആ ആശ നടന്നില്ല. അതുകൊണ്ടെന്ത്? ആൾ പറയുന്നതിങ്ങനെ: "അടുക്കിവച്ച പാത്രങ്ങളുടെ ഓർഡർ തെറ്റായിരുന്നു. അവൾ എന്നെ വെട്ടിച്ചു."

ശ്രീനി ആദ്യമൊക്കെ സംഭവം ശരിതന്നെയാണെന്നാണു കരുതിയത്. "എന്റെ ജീവിതം നശിച്ചു. എന്നെ സഹായിക്കണം. ഞാൻ ഒരു പാവമാണെന്ന് അവളോട് പറയൂ." ശ്രീനിയോട് അയാൾ ആവശ്യപ്പെട്ടു. ഒന്നു രണ്ടു തവണ വഴിയിൽ കണ്ട പരിചയമേ ആ സ്ത്രീയുമായി ശ്രീനിക്കുള്ളൂ.. ശ്രീനി അവളെ ഉപദേശിക്കാൻ കക്ഷി അവസരമുണ്ടാക്കി. ശ്രീനി ചെന്നപ്പോൾ അവൾ കരഞ്ഞു. "ഇയാളുടെ ശല്യംകൊണ്ടു ജീവിക്കാൻ വയ്യ."

അത്തരമൊരു സീൻ പ്രതീക്ഷിച്ചിരുന്നതേ അല്ല. അപരിചിതയായ അവർ ഒരാലംബമില്ലാത്തതുകൊണ്ടു മാത്രം തന്റെ മുമ്പിൽ കരയുകയായിരുന്നു. സുഹൃത്തിനെ സമാധാനിപ്പിക്കാൻ പോയ താൻ എങ്ങനെയാണ് ഇവരെ സമാധാനിപ്പിക്കുക എന്നതായി പിന്നെ പ്രശ്നം

ശ്രീനിക്കു തോന്നിയത് അയാൾക്കെതിരെ ഒരു പ്രകടനം നടത്താനാണ്. വായിൽ തോന്നിയ തെറിയെല്ലാം വിളിച്ചുപറഞ്ഞു. അടിച്ചുനിരപ്പാക്കുമെന്നു ഭീഷണിപ്പെടുത്തി. "ശ്രീനീ, നീയെന്താ ഈ കാണിക്കുന്നത്" എന്നു പരിഭ്രമിച്ചു അയാൾ. ശ്രീനി കൂടുതൽ ചൂടായി.

സിനിമ വന്നു കുറെ കാലത്തിനുശേഷം വീണ്ടും അയാളെ കണ്ടതു ശ്രീനി പറഞ്ഞു. അയാൾ പറഞ്ഞത്രേ: "എനിക്കു വട്ടായിരുന്നു ആശാനേ...ഗുളിക കഴിച്ചുകൊണ്ടിരിക്കയാണ്." വട്ടായ മനുഷ്യൻതന്നെ വട്ടാണെന്നു പറയുന്ന അവസ്ഥ. അപ്പോഴും വട്ടുണ്ട്-ശ്രീനി കരുതുന്നു.

"അയാൾ സിനിമ കണ്ടിരിക്കാൻ വഴിയില്ല. കണ്ടാലും സ്വയം തിരിച്ചറിയാനാവില്ല കാരണം അയാളുടെ ജീവിതത്തിലെ ഒരു സീനും ഞാനെടുത്തിട്ടില്ല. അങ്ങനെ ചെയ്താൽ ആളുകൾ വിശ്വസിക്കില്ല. അതിന്റെ ലൈറ്റർ സീൻ മാത്രമെടുത്തു ബാക്കിയൊക്കെ ഞാനുണ്ടാക്കി.

കടലാസിലെഴുതുന്നതും ജീവനുള്ള കഥാപാത്രമായി മാറലും -അതിനകത്ത് ഒരു നടന്റെ സംഭാവന ഉണ്ടാകാതെ വയ്യ. സിനിമ സംവിധായന്റെ കലയാണെന്നു നാം പറയുന്നു. ശരിയാണ് പക്ഷേ അദ്ദേഹം ആഗ്രഹിക്കുന്നതുപോലെ നടന് നടന്റേതായ ഒരു കോൺട്രിബ്യൂഷൻ വരുത്തേണ്ടതുണ്ട്. പറഞ്ഞതുകൊണ്ടോ വിവരിച്ചതുകൊണ്ടോ ഒന്നും ചെയ്യാൻ പറ്റുന്നതല്ല അത്. നമ്മുടെ തനതായതെന്തോ അതിലുണ്ടാവണം. നടൻ അതുൾക്കൊള്ളുകയും അയാളുടേതായ മാനങ്ങളിലെത്തിക്കാൻ സഹായിക്കുകയും വേണം."

■

രണ്ട്

അവരിലൊരാളായി അവർ എന്നെ ഐഡന്റിഫൈ ചെയ്യുന്നു

നോക്കൂ, സ്ഥലത്തെ പ്രധാന പയ്യൻസിലെ ആഭ്യന്തരമന്ത്രിയായ ഗോപാലകൃഷ്ണനും സ്ത്രീധനത്തിലെ അമ്മയെ നിഷേധിക്കാൻ വയ്യാത്ത പച്ചപ്പാവമായ പ്രശാന്തും വെൽക്കം ടു കൊടൈക്കനാലിലെ സ്വന്തം വ്യക്തിത്വം സ്ഥാപിച്ചെടുക്കുന്ന സംഗീതാദ്ധ്യാപകനുമൊക്കെയായ ജഗദീഷാണ് മുമ്പിൽ.

"താങ്കൾ ഗൗരവമുള്ള വേഷം ചെയ്യുമ്പോഴും ജനങ്ങൾ ആദ്യം ചിരിക്കുന്നല്ലോ. എന്തായിരിക്കും ഇതിനു പിന്നിൽ? "

ജഗദീഷ് ചിരിക്കുന്നു. സിനിമയിൽ കാണുന്ന അതേ ചിരി. കണ്ണുകളിലും പല്ലുകളിലും പോലും തുളുമ്പുന്ന ചിരി.

"പ്രേക്ഷകർ എന്നെ കണ്ടിരിക്കുന്നതു കൂടുതലും തമാശ കലർന്ന വേഷം ചെയ്താണ്. എന്നാൽ എന്നും ഇങ്ങനെ തമാശ കളിച്ചു കഴിഞ്ഞാൽ മതിയോ മാഷേ, മമ്മൂട്ടിയെയും ലാലിനേയും പോലെ എന്നാണു സീരിയസ് വേഷമെടുക്കുന്നത് എന്നു ചിലർ ചോദിക്കാറുണ്ട്."

ജഗദീഷിനെ ഏറെ ശ്രദ്ധേയനാക്കിയ പയ്യൻസും സ്ത്രീധനവും കൊടൈക്കനാലും പൊന്നാരംതോട്ടത്തിലെ രാജാവുമൊന്നും ഫുൾലങ്ത് കോമഡിയായിരുന്നില്ലല്ലോ എന്നു നാമിപ്പോൾ ഓർക്കുന്നു.

"ഈ പടങ്ങളിലൊക്കെ സീരിയസ് ഭാഗം ചെയ്തപ്പോഴും ഞാൻ മോശമാക്കിയിട്ടില്ല എന്ന തോന്നലാണെനിക്കുള്ളത്. ഒരു ഭാഗ്യം എനിക്കുണ്ടായത് എന്നെ കാണുമ്പോൾ ചിരിക്കുന്ന ജനം പയ്യൻസിലെ ആഭ്യന്തരമന്ത്രിക്കു കൈയടി നല്കിയതാണ്. ഒരു നല്ല ക്യാരക്ടറിന്റെ ബാക്കിംഗ് ഉണ്ടെങ്കിൽ സീരിയസ് വേഷങ്ങൾ ശരി

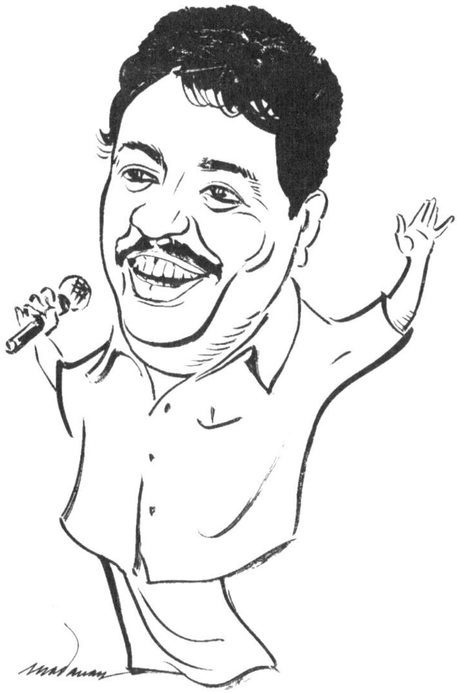

യാക്കാം എന്നാണിതു സൂചിപ്പിക്കുന്നത്. പക്ഷേ എനിക്കിഷ്ടം ഹ്യൂമർ കൈകാര്യം ചെയ്യുന്നതാണ്."

"ഈ ഹ്യൂമർ കൈകാര്യം ചെയ്യുമ്പോൾ സ്വന്തമായി വല്ലതും കൂട്ടിച്ചേർക്കാറുണ്ടോ?"

"പല സിനിമകളിലും തിരക്കഥാകൃത്തുക്കളും സംവിധായകരും ഉദ്ദേശിക്കുന്ന നിലവാരത്തിൽ വേഷം കൊഴുപ്പിച്ചാൽ മതി. ഉദാഹരണമായി ഗോഡ്ഫാദർ. അതിലെ മായൻകുട്ടിക്കുവേണ്ടി എന്റെ മനോധർമ്മമനുസരിച്ചു ചെയ്യാൻ ഒന്നുമുണ്ടായിരുന്നില്ല."

തീനചഞ്ചൂറിയ ഫ്രം....

പല പടങ്ങളും നൂറു ദിവസം ആഘോഷിക്കുമ്പോൾ ജഗദീഷിന്റെ 'പരിചയപ്പെടുത്തൽ' അതിലെ ഒരു പ്രധാന ഇനമാണ്. ഈ അനൗൺസ്മെന്റും ജഗദീഷിന്റെ അഭിനയജീവിതവും തമ്മിൽ ഒരു ബന്ധമുണ്ട്.

'മൈഡിയർ കുട്ടിച്ചാത്തനി'ൽ ഒരു കാബറേ അനൗൺസറുടെ റോൾ ചെയ്യാൻ ഒരാൾ വേണം. പില്ക്കാലത്ത് പ്രശസ്ത നായിത്തീർന്ന ഒരു സിനിമാ നടൻ അതിനുവേണ്ടി നിശ്ചയിക്കപ്പെട്ടു.

വേഷമറിഞ്ഞപ്പോൾ അദ്ദേഹം പറഞ്ഞു: "ഇതിലെന്തു തമാശ? വെറും കോമാളിത്തരം." ആൾ ഉടക്കിപ്പോയി.

എ.ഐ.ആറിൽ കാഷ്വൽ പ്രൊഡ്യൂസറായിരുന്ന ശേഖറാണ് ആ സ്ഥാനത്തേക്കു ജഗദീഷിനെ നിർദ്ദേശിച്ചത്. അതിനു കാരണ വുമുണ്ട്. തിരുവനന്തപുരം ഗവൺമെന്റ് ആർട്സ് കോളേജിൽ മൂന്നു വർഷം ആർട്സ് ക്ലബ് സെക്രട്ടറിയും മാർ ഇവാനിയോസിൽ ചെയർമാനുമായിരുന്ന ജഗദീഷ് പലപ്പോഴും അനൗൺസറായി പൊതുവേദികളിൽ പ്രത്യക്ഷപ്പെടാറുണ്ടായിരുന്നു. ശ്രീമൂലം ക്ലബിൽ വാർഷികാഘോഷത്തിനു സ്ഥിരം അനൗൺസറുമായിരുന്നു.

ശ്രീമൂലം ക്ലബ്ബിൽ ഇംഗ്ലീഷ് അനൗൺസ്മെന്റിനെത്തിയ ശേഖർ ജഗദീഷിന്റെ ഈ സിദ്ധി ശ്രദ്ധിച്ചിരുന്നു. ശേഖറുടെ നിർദ്ദേശം ജഗദീഷ് സസന്തോഷം സ്വീകരിച്ചു.

കൊച്ചിയിൽ ശരിക്കും എക്സിബിഷൻ നടത്തുന്ന ഗ്രൗണ്ടിൽവ ച്ചായിരുന്നു സീൻ എടുക്കേണ്ടത്. "ക്രൗഡിന്റെ മുമ്പിൽ വച്ച് അഭി നയം പരിചയമുണ്ടായിരുന്നില്ല. പക്ഷേ, ഷൂട്ടിംഗ് എന്താണെന്നറി യാത്തതുകൊണ്ട് കോൺഫിഡൻസ് ഉണ്ടായിരുന്നു."

ഈ ചെറിയ സീനുകളിൽ ആൾ നന്നായി മിന്നിച്ചു. അ നൗൺസ്മെന്റിൽ ശ്രദ്ധിച്ചിരിക്കുമല്ലോ രണ്ടുപേരുകൾ: തീനചഞ്ചൂ റിയ ഫ്രം മലേഷ്യ... ലോലജിൽബിയ ഫ്രം നമീബിയ... രണ്ടും ജഗ ദീഷിന്റെ സൃഷ്ടിയായിരുന്നു.

ശേഖർ പറഞ്ഞ ഒരു വിറ്റും കാബറേ അനൗൺസ്മെന്റിനു പ്രയോജനപ്പെടുത്തി: "യു ഹാവ് നതിംഗ് ടു ലൂസ് ബട് റ്റു റൂപ്പീസ്... ആൻഡ് ദേ ഹാവ് നതിംഗ് ടു ലൂസ് ബട് ദേർ ക്ലോത്ത്സ്."

വഴിപണി, തട്ടുകട

'വെള്ളാനകളുടെ നാട്ടി'ലെ റോഡ് ടാറു ചെയ്യുന്ന കുമാരനെ ഓർക്കുന്നില്ലേ? ചേറുവെള്ളം നോക്കി മുടിചീകുന്ന നമ്മുടെ കുമാരൻ. കുമാരനാവാൻ റോഡു പണിക്കാരുമായുള്ള പരിചയം ജഗദീഷിന് ഏറെ സഹായകമായി.

തൈക്കാട്ടു താമസിച്ചിരുന്നപ്പോൾ വീട്ടിനു മുമ്പിലുള്ള റോഡ് ടാർ ചെയ്തതും പണിക്കാരുമായി ഇടപഴകാൻ സാധിച്ചതും

ജഗദീഷ് ഓർക്കുന്നു. പണിക്കാർ സാധനങ്ങളൊക്കെ കൊണ്ടുവച്ചിരുന്നതും ജഗദീഷിന്റെ വീട്ടിലാണ്. വെള്ളമെടുത്തതും അവിടെനിന്നുതന്നെ. പണിക്കാരുടെ ഉടുപ്പും നടപ്പും ചലനങ്ങളും ഒപ്പം ടാർ കോരിയിടുന്നതും തീ കത്തിക്കുന്നതുമെല്ലാം ശ്രദ്ധിച്ചു കണ്ടിരുന്നു അന്ന്.

'വിറ്റ്നസി'ലെ വെറും മൂന്നു സീനുകളിൽ വരുന്ന തട്ടുകടക്കാരന് ഒരു വ്യക്തിത്വമുണ്ടാക്കിക്കൊടുക്കാൻ തിരുവനന്തപുരത്തു പാളയത്തെ തട്ടുകടക്കാരനായ പൊടിയനെ ജഗദീഷ് മാതൃകയാക്കുകയുണ്ടായി.

"പൊടിയൻ എന്ന പേരുതന്നെ ചിത്രത്തിലും ഉപയോഗിച്ചു. കഥാപാത്രത്തിന് അല്പം വിക്കും കൊടുത്തു."

പത്രമേറും നേതാവിന്റെ നടപ്പും

സ്ഥലത്തെ പ്രധാന പയ്യൻസിലെ ഉശിരൻ പയ്യനാണല്ലോ ജഗദീഷ്. ആദ്യഭാഗത്തു പത്രവില്പനക്കാരനും പിന്നീട് ആഭ്യന്തരമന്ത്രിയും. കാലത്തു സൈക്കിളിൽ എത്തുന്ന പത്രക്കാരൻ പയ്യൻ പത്രം വീശിയെറിയുന്നത് അതിന്റെ സ്റ്റൈലിൽത്തന്നെയാണ്.

"ഞാൻ രാവിലെ എന്നും പത്രത്തിനു കാത്തുനില്ക്കുമായിരുന്നു. ആ വീശിയെറിയുന്നത് അങ്ങനെ കണ്ടു പരിചയമായതാണ്. കോളേജ് രാഷ്ട്രീയവുമായുണ്ടായ സജീവ ബന്ധവും പിന്നീട് മന്ത്രിമാരുമായുണ്ടായ പരിചയവുമൊക്കെ ആഭ്യന്തരമന്ത്രിയെ അവതരിപ്പിക്കാനും സഹായകമായി."

'ബട്ടർ ഫ്ളൈസി'ലെ സദാശിവനെയും ഓർക്കുക. "എന്നെ കാണിക്കുന്നതുതന്നെ ജയിലിൽ നിന്നുള്ള വരവോടെയാണ്. വില്ലൻ ഇമേജില്ലാത്ത ഞാൻ, ഹിന്ദി സിനിമാ സ്റ്റൈലിൽ ഒരു വില്ലൻ മട്ടിലാണു സെൽഫ് പ്രസന്റേഷൻ നടത്തിയത്."

തിരക്കഥാകൃത്തിന്റെ സിറ്റ്വേഷൻ അനുസരിച്ചുതന്നെ, സംവിധായകൻ സമ്മതിച്ചപ്പോൾ മോഹൻലാലും ജഗദീഷും കൂടി ആ കഥാപാത്രത്തെ ഇംപ്രോവൈസ് ചെയ്യുകയുണ്ടായി.

ജഗദീഷ് ഐശ്വര്യയെ പേടിപ്പിക്കാൻ ചെല്ലുമ്പോൾ ഐശ്വര്യ ജഗദീഷിനെ പേടിപ്പിച്ചുവിടുന്നുണ്ടല്ലോ. 'പ്രേത'ത്തെ കണ്ടു പേടിച്ച സദാശിവൻ പേടികൊണ്ട് 'ഏകാന്തതയുടെ അപാരതീരം' എന്ന് ഒരു പ്രത്യേക സ്റ്റൈലിൽ പാടുന്നത് അങ്ങനെയാണ്.

കൊടൈക്കനാലിൽ മ്യൂസിക്കൽ എക്സർസൈസിനും, മൗത് ഓർഗൻ പ്ലേ ചെയ്യുന്നതിനും പിന്നിൽ ജഗദീഷിന്റെ മനോധർമ്മം ഉണ്ട്. അതുപോലെ 'കുണുക്കിട്ട കോഴി' യിൽ ഉണ്ണിക്കൃഷ്ണൻ നടത്തുന്ന മീശക്കച്ചവടം ജഗദീഷ് നിർദ്ദേശിച്ചതാണ്.

"റോളുണ്ടായശേഷമുള്ള കാര്യങ്ങളാണല്ലോ ഇതുവരെ പറഞ്ഞത്. അക്കാലത്ത് റോളുണ്ടാവാൻ നിമിത്തമായ വല്ല അനുഭവവുമുണ്ടോ?"

കൈരളി വിലാസം ടിവി സീരിയൽ അഭിനയിച്ചുകൊണ്ടിരുന്നപ്പോൾ ഒഴിവുവേളകളിൽ ജഗദീഷും മണിയൻപിള്ള രാജുവും കലാപരിപാടികൾ അവതരിപ്പിക്കുമായിരുന്നു. അപ്പോൾ ജഗദീഷ് അവതരിപ്പിച്ച ഒരിനമായിരുന്നു മാർക്സിസ്റ്റ് യുവനേതാവും കോൺഗ്രസ് യുവനേതാവും നടന്നു പോകുന്ന ശൈലി.

"വേണു നാഗവള്ളിക്ക് അത് സ്പാർക്കായി തോന്നി." ജഗദീഷ് പറഞ്ഞു. ഇതിൽ നിന്നാണു ചടുലചലനങ്ങളുള്ള ഒരു കഥാപാത്രം -ഹിറോഷൻ-- 'സ്വാഗത'ത്തിൽ ഉണ്ടായത്.

"ചില കാര്യങ്ങളിൽ ജനങ്ങൾ എനിക്ക് സ്വാതന്ത്ര്യം തന്നിട്ടുള്ളതുപോലെ തോന്നാറുണ്ട്. അവരിലൊരാളായി അവർ എന്നെ ഐഡന്റിഫൈ ചെയ്യുന്നതാണ് ഇതിനു പിന്നിൽ.

'സാറിന്റെ ഡ്യൂപ്ലിക്കേറ്റിനെ ഞാൻ കാണിച്ചുതരാം, ഇവിടുത്തെ ടെലിഫോൺ ഓപ്പറേറ്റർ' എന്നു മുമ്പൊരാൾ പറഞ്ഞു. എന്തിനേറെ? ഞാൻ ജഗദീഷാണെന്നു പറഞ്ഞ് ഏകദേശം എന്റെ ഛായയുള്ള ഒരാൾ വീട്ടിൽ വന്നു. എന്റെ അഭിനയത്തിൽ ഫീൽ ചെയ്യുന്ന ആത്മാർത്ഥതയാവാം ഇങ്ങനെ ഐഡന്റിഫൈ ചെയ്യാൻ കാരണം.

ഞാൻ കമലഹാസനോ അമിതാഭോ അല്ല. എന്നിട്ടും ഫൈറ്റിൽ ആത്മാർത്ഥത ഫീൽ ചെയ്യുന്നതായി സ്റ്റണ്ട്മാസ്റ്റർ. സ്നേഹത്തിലായാലും പ്രേമത്തിലായാലും വൈരാഗ്യം, ശത്രുത എന്നിവയിലായാലും ആത്മാർത്ഥത അനുഭവപ്പെടുത്താൻ കഴിയും. അങ്ങനെ വരുമ്പോൾ എക്സൻട്രിസിറ്റിയും ഒരു പരിധിവരെ അവർ അംഗീകരിക്കും."

■

മൂന്ന്

അതിന് അഭിനയിക്കേണ്ട കാര്യമില്ല, താനേ അങ്ങ് വരും

സവിശേഷമായ സംഭാഷണ ശൈലിയുടേയും ശരീരപ്രകൃതിയുടേയും ഇണക്കം-മാമുക്കോയയിൽ ഒരു ഹാസ്യനടന്റെ സാഫല്യം. പക്ഷേ സംസാരിക്കുമ്പോൾ ഒരു ദാർശനികന്റെ ഗൗരവവും.

മലയാള കഥാസാഹിത്യത്തിലെ ചക്രവർത്തിയായ വൈക്കം മുഹമ്മദ് ബഷീർ, അഭിനയത്തോടു തീവ്രമായ അഭിനിവേശമുണ്ടായിരുന്ന ഈ ചെറുപ്പക്കാരനെ സിനിമയിൽ ചാൻസിനുവേണ്ടി ഒരു ശുപാർശക്കത്തുമായി വിടുകയായിരുന്നു. 'സുറുമയെഴുതിയ മിഴികളാ'യിരുന്നു ആ ചിത്രം. അയാൾക്ക് അപ്രധാനമെങ്കിലും ഒരു വേഷം ലഭിക്കുകയും ചെയ്തു.

അന്ന് അഭിനയം കഴിഞ്ഞപ്പോൾ ബഷീർ ചോദിച്ചു:

"എന്തു കിട്ടി?"

പടം എങ്ങനെയുണ്ടായിരുന്നു എന്നു ചോദിക്കുന്നതിനു പകരം 'എന്തുകിട്ടി' എന്നു ചോദിച്ചത് അയാളെ രസിപ്പിച്ചു.

അയാൾ പറഞ്ഞു: "അഞ്ഞൂറ്." ദുഃഖത്തോടെ കൂട്ടിച്ചേർത്തു: "വളരെ ചെറിയ വേഷമായിരുന്നു."

"അതൊക്കെ മതി. നീയിപ്പോൾ ഓസ്ക്കാർ കിട്ടാനൊന്നുമല്ലല്ലോ അഭിനയിക്കുന്നത്?" ബഷീർ പറഞ്ഞു.

പക്ഷേ അയാൾ ഉയരങ്ങളിലെത്തുമെന്ന് അന്നേ ബഷീർ പ്രവചിച്ചു. ബഷീർ പിന്നീട് സിനിമയിൽ മുഖം കാണിക്കാൻ ശുപാർശക്കത്തിനു വരുന്നവരെ കത്തുമായി അയാളുടെയടുത്തേക്കു വിടുമായിരുന്നു. 'തടി കയ്ച്ചിലാക്കാൻ' വേണ്ടി.

ബാഹ്യവ്യക്തിത്വം പ്രകടിപ്പിക്കുന്ന തമാശയുടെ ആവരണത്തിനപ്പുറം യശശ്ശരീരനായ എസ്.കെ. പൊറ്റെക്കാടിനെപ്പോലുള്ളവ

രുമായി ഒരു തരം കുടുംബബന്ധം തന്നെ പുലർത്തുകയും, എസ്.കെയുടെ സമകാലീനരും പിൻഗാമികളുമായ പല സാഹിത്യ കാരന്മാരുമായും അന്നും ഇന്നും അടുത്ത സൗഹൃദം സൂക്ഷിക്കു കയും ചെയ്യുന്ന ഈ നടൻ ചുരുങ്ങിയ കാലം കൊണ്ടു മലയാള സിനിമയുടെ 'ചിരിക്കുടുക്ക'യായി മാറി. കോഴിക്കോട്ട് ഒരു കാലത്തു കത്തിജ്വലിച്ച നാടകനടന്മാരുടെ ഇടയിൽ അഭിനയിക്കാനുള്ള ആഗ്രഹം പോലും ഏറെക്കാലം ഒരു സങ്കല്പം മാത്രമായി കൊണ്ടു നടക്കേണ്ടിവന്ന അയാൾക്ക് വഴിയേ തിരക്കൊഴിഞ്ഞ സമയം കുറവ്.

നമ്പൂതിരിയുടെ സൂക്ഷ്മരേഖകളിൽ തെളിയുന്ന കണ്ടുമറന്ന ഏതോ ഗ്രാമീണന്റെ ചിത്രത്തെ ഓർമ്മിപ്പിക്കുന്ന നമ്മുടെ മാമു ക്കോയ അല്പം പ്രാദേശികവാദം കലർത്തിയാൽ 'കോഴിക്കോടൻ സുയിപ്പി'നു പുതിയ തലം നല്കി.

"ഞാൻ വളരെ സീരിയസ്സായാണ് എനിക്കു കിട്ടുന്ന വേഷ ങ്ങൾ ചെയ്യുന്നത്. അന്നും ഇന്നും അതിന്റെ റിസൽട്ട് കോമഡി യാവുന്നു. എന്താണങ്ങനെ! എനിക്കതിൽ ഒരുത്തരവാദിത്തവുമില്ല."

തീരെ ചിരിക്കാതെ മാമുക്കോയ പറയുന്നു. അതു കേൾക്കു മ്പോൾ നമുക്കു ചിരിയാണു വരുന്നത്. മാമുക്കോയ വളരെ ഗൗരവ മായിത്തന്നെ തുടരുന്നു: "അല്ലെങ്കിൽ നമുക്കു ചിരിക്കാൻ ഒരു തമാശ വേണോ? ഒരാൾ പഴത്തൊലിയിൽ ചവിട്ടി വീഴുന്നൂന്ന് കരുതൂ. എന്തൊരു കഷ്ടമാണ്!......വീഴ്ചയുടെ വേദനയും ആൾക്കൂ ട്ടത്തിനു മുൻപാകെയുള്ള ചമ്മലുമൊക്കെ ചേർന്ന് ആൾ വല്ലാ ത്തൊരു പരുവത്തിലല്ലേ അപ്പോൾ? അതറിയുമായിരുന്നിട്ടും നമ്മൾ ചിരിക്കുന്നു. എന്താണതിൽ ചിരിക്കാൻ? അതേന്ന്; ചിരിക്കാൻ നമുക്കു വലിയ കാരണമൊന്നും വേണ്ട. സ്വന്തം ബാപ്പയായാൽ പോലും ഒരുവാക്കുച്ചരിക്കുമ്പോൾ അക്ഷരത്തെറ്റു വന്നാൽ നമ്മൾ ചിരിക്കും. സാധാരണക്കാരുമായി ഇണങ്ങുന്ന വേഷങ്ങളാണെ നിക്കിഷ്ടം. അതിന് അഭിനയിക്കേണ്ട കാര്യമില്ല. താനേ അങ്ങു വരും."

അഭിനയിക്കുകയല്ല. സന്ദർഭത്തിനനുസരിച്ചു പെരുമാറുകയാ ണെന്നാണു മാമുക്കോയയുടെ വാക്കുകളിലെ ധ്വനി. അപ്പോൾ സഹജസിദ്ധികളോടെ പ്രത്യക്ഷപ്പെടുമ്പോൾ ചിരി ഉയരുന്നെങ്കിൽ അദ്ദേഹം ഉത്തരവാദിയല്ല. മാമുക്കോയയിൽ ചിരിയുണ്ട്, അഥവാ അദ്ദേഹത്തിന്റെ ശൈലിയാണു ചിരി എന്നർത്ഥം. തമാശയില്ലായ്മ കളിലും ചിരി കാണുന്ന ജനം ഈ നടന്റെ തമാശത്തത്തിൽ പൊട്ടി ച്ചിരി കാണുന്നു.

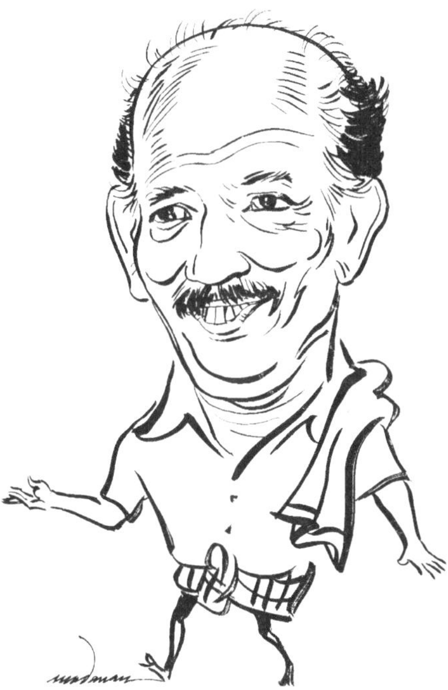

'ആഗ്നേയ'ത്തിലെ ഒരു രംഗം-ചായ കൊണ്ടുവച്ചപ്പോൾ പയ്യൻ ചോദിച്ചു "കഴിക്കാനെന്താ വേണ്ടത്?" ഇവിടെ കഴിക്കുക എന്നു പറഞ്ഞാൽ ചായയ്ക്കു പലഹാരം എന്താണു വേണ്ടതെന്ന്! എന്നാൽ ഇതേ 'കഴിക്കലിനു' എന്താണു കുടിക്കാൻ വേണ്ടതെന്നും താത്പര്യമുണ്ടല്ലോ-ചായ കുടിക്കാനുള്ളതാണ്. മാമുക്കോയ ചോദിക്കുന്നു. "പിന്നെ ഇതെന്തിനാ കൊണ്ടുവച്ചത്? കൈയും കാലും കഴുകാനാണോ?"തിയേറ്ററിൽ പൊട്ടിച്ചിരി ഉയരുന്നു.

"ഇങ്ങനെ ചിരി ഉയർത്തുന്ന രംഗങ്ങളിൽ താങ്കൾ സ്വന്തമായി വല്ലതും സംഭാവന ചെയ്യുന്നുണ്ടോ?"

"ഒന്നുമില്ല." അദ്ദേഹം സംശയരഹിതമായി പറയുന്നു. "ഞാൻ നേരത്തെ സൂചിപ്പിച്ചല്ലോ-അഭിനയിക്കാൻ എനിക്കു കഴിയില്ല. സാധാരണ രീതിയിലുള്ള നീക്കങ്ങളാണു ഞാൻ നടത്തുന്നത്., വേഷം കെട്ടി അമർത്തി അഭിനയിക്കുന്നത് എനിക്കു പ്രയാസമുള്ള കേസാണ്. എനിക്കു പറ്റിയ വേഷങ്ങൾ മാത്രം എനിക്കുവേണ്ടി തയ്യാറാക്കപ്പെടുന്നു. ഞാനതിനനുസരിച്ചു പെരുമാറുന്നു."

"അപ്പോൾ ഇണങ്ങാത്ത ഒറ്റ വേഷവും ചെയ്യില്ലെന്നാണോ?"

"വേണമെങ്കിൽ ടിപ്പു സുൽത്താനായും ഞാൻ വരാം. വിരോധമില്ല. പക്ഷേ, എനിക്കാ വേഷം ചേരണ്ടേ?"

അഭിനയത്തിൽ തനിക്കു മാതൃകകളൊന്നുമില്ലെന്നു മാമുക്കോയ പറയുന്നു. ഏതു വേഷം കെട്ടിയാലും ഞാൻ ആ കഥാപാത്രമായാൽ എങ്ങനെയുണ്ടാവും എന്നേ ചിന്തിക്കാറുള്ളൂ.

ദൂരെദൂരെ കൂടുകൂട്ടിയവരിലെ അറബിക്മുൻഷി. എ.ഇ.ഒ. വരുമ്പോൾ നെട്ടോട്ടമോടുന്നു പഹയൻ. മാമുക്കോയ വ്യക്തമാക്കുന്നു:"ഞാൻ അറബിക്ക് മുൻഷിയായാൽ എങ്ങനെയുണ്ടാവും എന്നേ ഓർത്തുള്ളൂ. വേറെ ഒരാളും മനസ്സിലുണ്ടായിരുന്നില്ല."

'ഗഫൂർക്ക, ദോസ്ത്'

ഒരിക്കൽ 'ഗഫൂർക്ക ദോസ്ത്', പി.ഒ. അരക്കിണർ, കോഴിക്കോട് എന്ന വിലാസത്തിൽ കത്തുവന്നു. പോസ്റ്റ്മാൻ കൃത്യമായി അതു മാമുക്കോയക്കെത്തിച്ചു. നാടോടിക്കാറ്റിലെ ഗഫൂർക്കയുടെ പേരിൽ മാത്രമല്ല മറ്റു പല കഥാപാത്രങ്ങളുടെയും പേരുവച്ച് ഇങ്ങനെ കത്തുവന്നിട്ടുണ്ട്.

ചില 'മാമുക്കോയത്തം' ശരിക്കേല്ക്കുമ്പോൾ പല പടങ്ങളിലും അതേ നിലയിൽത്തന്നെ അതാവർത്തിക്കാനുള്ള പ്രവണതയുണ്ടാകാറുണ്ട്- അതും വ്യത്യസ്ത ഡയറക്ടർമാരുടെ പടങ്ങളിൽ.

തലയിണമന്ത്രത്തിൽ ശ്രീനിവാസനെ ഡ്രൈവിംഗ് പഠിപ്പിക്കുന്ന രംഗമുണ്ടല്ലോ. മറ്റൊരു പടത്തിൽ ഇതാവർത്തിക്കാൻ ശ്രമമുണ്ടായതായി മാമുക്കോയ. ശ്രീനിവാസനു പകരം ഉർവശിയെയാണു ഡ്രൈവിങ്ങ് പഠിപ്പിക്കേണ്ടതെന്നുമാത്രം. താൻ അതിനു തയാറായില്ല.

സ്വന്തം പെങ്ങളെ കെട്ടിക്കാൻ വച്ച പണം കൊടുത്ത് മറ്റൊരാളുടെ പെങ്ങളെ കെട്ടിക്കാൻ സഹായിച്ച്, പുലിവാലു പിടിക്കുന്ന കഥാപാത്രത്തെ ആവിഷ്കരിച്ച 'റാംജിറാവു സ്പീക്കിങ്ങി'ലെ അംഗീകാരം വാങ്ങിയ സീനുകളിൽ ചിലതു പുനഃസൃഷ്ടിക്കാനുള്ള ശ്രമത്തിനും നിന്നുകൊടുത്തില്ല. "അതെങ്ങനെയാണ്! നമ്മൾ ഒരു പടത്തിൽ ചെയ്ത അതേ സിറ്റ്വേഷൻ, അറിഞ്ഞുകൊണ്ട് മറ്റൊരു പടത്തിൽ ചെയ്യുക.!"

മാമുക്കോയ തന്റെ അഭിനയത്തെക്കുറിച്ച് ഒന്നുകൂടി വിശദീകരിച്ചു: 'തിരക്കഥാകൃത്തിനും ഡയറക്ടർക്കും എന്റെ ശൈലി

അറിയാം.. അതിനാൽ എന്നെ അറിയുന്ന ആളുകൾ എനിക്കനുസ രിച്ചു ചെയ്യും'

കരയുകയും ചെയ്യും, പക്ഷേ....

വിദ്യാരംഭത്തിൽ ചെയ്ത അണ്ണാച്ചി വെങ്കിടേഷ് മാമുക്കോ യയ്ക്കു പ്രിയപ്പെട്ട വേഷങ്ങളിലൊന്നായിരുന്നു. മദ്യപിച്ച് കവിതാ ലഹരിയിൽ മുങ്ങിനില്ക്കെ നെടുമുടി വേണു ചെയ്ത കഥാപാത്രം മരിച്ചുവീഴുന്നു. ഈ വിവരം അറിഞ്ഞശേഷം നെടുമുടിയുടെ മകളു ടെയടുത്തു വെങ്കിടേശിന്റെ ഒരു വരവുണ്ട്. മകൾ മരണവിവരമറി ഞ്ഞിട്ടില്ല.

മകൾ പറയുന്നു: "ഇന്നും നാലുകാലിലാണ് വരുന്നത്." അപ്പോൾ വെങ്കിടേഷ് കരയുന്നതു തന്റെ അഭിനയജീവിതത്തിലെ നല്ല മുഹൂർത്തങ്ങളിലൊന്നായി മാമുക്കോയ കരുതുന്നു.

"പക്ഷേ ഈ രംഗത്തിന് എന്റേതായ ഒരു കോൺട്രിബ്യൂഷ നുമില്ല. ഈ കഥാപാത്രത്തെ പഠിക്കാൻ ഞാൻ മിനക്കെട്ടിട്ടില്ല. ഒരു കഥാപാത്രത്തിന്റെ കാര്യത്തിലും അതു വേണ്ടിവന്നിട്ടില്ല. എന്റെ സ്ഥാനത്തുനിന്നു ഡയറക്ടർ പറയും. പറഞ്ഞുപറഞ്ഞുവരുമ്പോൾ ശൈലിക്കനുസരിച്ചു നീക്കങ്ങളുണ്ടാവുന്നു. മറ്റുള്ളവരിൽ പലരും എൺപതുശതമാനവും ചിരിപ്പിക്കാനുള്ള സംഭവങ്ങളാണ് ഉണ്ടാ ക്കുന്നത്. സംഭവിക്കാൻ പാടില്ലാത്തതുപോലും ചിരിപ്പിക്കാനായി അവർ ഉണ്ടാക്കുന്നു. തികച്ചും സ്വാഭാവികമായി വരുന്ന വേഷങ്ങ ളാണ് എനിക്കുവേണ്ടി സജസ്റ്റ് ചെയ്യപ്പെടുന്നത്. സത്യനും സിബി യുമൊക്കെ സംഗതി പറയും. ഞാനതങ്ങു ചെയ്യും."

"സംഭാഷണങ്ങളിലും താങ്കൾ ഒന്നും ചെയ്യുന്നില്ലെന്നു പറഞ്ഞാൽ ശരിയാകുമോ?"

സംഭാഷണത്തിൽ സ്വന്തം രീതി അവലംബിക്കാറുണ്ടെന്നു മാമു ക്കോയ പറഞ്ഞു. എഴുതിവച്ച സംഭാഷണംതന്നെ ആരായാലും പറഞ്ഞുവരുമ്പോൾ രൂപാന്തരം പ്രാപിക്കാറുണ്ട്. തന്റെ കാര്യത്തിൽ അതു തന്റെ സ്റ്റൈലായി വാർന്നു വീഴുന്നു. ഈ സ്റ്റൈൽ പ്രേക്ഷ കർക്കിഷ്ടമാണ്. അതുകൊണ്ടു സംവിധായകർ അങ്ങനെ ചെയ്യാൻ പറയും. ■

നാല്

അവർ ഓടിച്ചാടി നടന്നു....

ചിരിക്ക് ഒരു അമ്മസ്പർശം. ചിരിപ്പിക്കുന്ന വില്ലത്തിയായി ഫിലോമിനയുടെ വരവ്.

ഭർത്താവ് പാട്ടുപഠിപ്പിക്കുന്ന ആൾ 'ഭാഗവതർ' - ആൾക്ക് അപ്പന്റിസൈറ്റിസ്. ഇന്നത്തെപ്പോലെ ചികിത്സാസൗകര്യങ്ങളൊന്നുമില്ലാത്ത കാലം. രക്തം ഛർദ്ദിച്ചു മരിച്ചു.

ഫിലോമിനയെ ഞാനാദ്യമായും അവസാനമായും മുഖാമുഖം കാണുമ്പോൾ അവർക്ക് 63 വയസ്സായിരുന്നു. "മുപ്പത്തഞ്ചുവർഷം മുമ്പുള്ള സംഭവമാണ്, കേട്ടോ" അവർ തുടരുകയാണ്. "ഇന്നെനിക്ക് എന്റെ മകൻ ബാബുജോസഫും ഭാര്യ ലാലുവും അവരുടെ കുട്ടികൾ ആന്റോയും ആനിയും മാത്രം. അവരാണെന്റെ എല്ലാം."

വയസ്സു കൂടുന്തോറും മുഖത്ത് ഏറിയേറിവരുന്ന ആഭിജാത്യം. പഴയ തലമുറയിൽ ആണുങ്ങൾക്കിടയിൽ പി.ജെ. ആന്റണിയെപ്പോലെയോ കൊട്ടാരക്കരയെപ്പോലെയോ പെണ്ണുങ്ങളുടെ ഇടയിൽ തുറന്നടിച്ച് അഭിനയിക്കാനുള്ള കഴിവ്. ഫിലോമിനയെ കണ്ടാൽ ഇവർ ഒരു കുശുമ്പിയോ ദുഷ്ടയോ ആണെന്ന് ആരും പറയില്ല. ആദ്യകിരണങ്ങളിൽ അരനാഴികനേരത്തിൽ, വാഴ്‌വേ മായത്തിൽ, അനുഭവങ്ങൾ പാളിച്ചകളിൽ ഇങ്ങേയറ്റം വിയറ്റ്നാം കോളനിയിൽ...ഒക്കെ നമ്മുടെ മൃദുലഭാവങ്ങളെ സ്പർശിച്ചുപോയ ഇവരെ - തറവാടിത്തം സ്ഫുരിക്കുന്ന മുഖമുള്ള ഈ അമ്മയെ - നാം പക്ഷേ ഒരു ദുഷ്ട കഥാപാത്രമായി മാത്രമേ കൂടുതലും കണ്ടുള്ളൂ. നമുക്കു വെറുക്കാൻ കഴിയാത്ത ഒരു നീച കഥാപാത്രം. തറഡയലോഗടിച്ചു മിന്നിക്കുന്ന ഒരു നാടൻസ്ത്രീ.

ഫിലോമിന ചിരിക്കുകയായിരുന്നു. മോനേ, കാണാൻ വരുന്നവരൊക്കെ ചോദിക്കും. ഞാനെങ്ങനെ ദുഷ്ടകഥാപാത്രമായി മാറുന്നുവെന്ന്! ഹരിഹർനഗർ കണ്ടശേഷം ഒരു പെൺകുട്ടി അത്ഭു

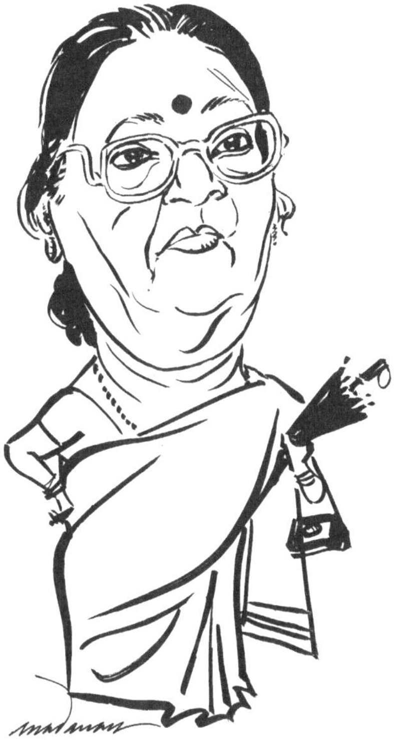

തത്തോടെ പറഞ്ഞു- എന്നാലും ഭയങ്കരം തന്നെ! സിദ്ദിക്കിനെ വെട്ടാൻ കത്തിയുമായി വരുന്ന ആ വരവുണ്ടല്ലോ,. അത് ഈ ചേച്ചി യാണെന്നു വിശ്വസിക്കാനാവുന്നില്ല. ഇങ്ങനെയൊക്കെ എങ്ങനെ സാധിക്കുന്നു?

"എന്റെ ജീവിതത്തിൽ ഞാൻ കുശുമ്പിയല്ല. മോൻ പറഞ്ഞ പോലെ എന്നെ കണ്ടാൽ നിങ്ങൾക്കങ്ങനെ തോന്നുന്നുമില്ല. പക്ഷേ അത്തരം ഒരു കഥാപാത്രത്തെ എന്നെ ഏല്പിച്ചാൽ ഞാൻ കുശു മ്പിയായി മാറും. അപ്പോൾ ഫിലോമിനയാണു ഞാനെന്ന ബോധമേ എനിക്കുണ്ടാവില്ല."

തുടക്കം മുതൽ വിജയം മാത്രം

ഫിലോമിനയുടേതു കലാകാരന്മാരുടെ കുടുംബമാണ്. പി.ജെ. ചെറിയാന്റെ നിർമ്മലയിൽ മൂത്ത ചേച്ചി നല്ല വേഷം ചെയ്തിട്ടുണ്ട്.

പാവാടപ്രായത്തിലേ, ഫിലുവിനും കലയോടഭിനിവേശമുണ്ടായിരുന്നു. ഒരു സംഭവമിതാ: രണ്ടു സഹോദരിമാരെ അനന്തഭാഗവതർ ശാസ്ത്രീയ സംഗീതം പഠിപ്പിക്കുന്നു. അവർ പഠിപ്പിച്ചതത്രയും മാറിനിന്നു കേട്ടു ഫിലു മനപ്പാഠമാക്കി. ഒരു ദിവസം അതു ഭാഗവതരെ കേൾപ്പിക്കുകയും ചെയ്തു. അദ്ദേഹം അന്തം വിട്ടു! പിന്നെ ഫ്രീയായി സംഗീതം പഠിപ്പിക്കുകയായിരുന്നു.

നാടകം ജീവിതമാക്കിയ കാലത്ത് ഒരു സിനിമ കിട്ടിയതു മുതൽ വിജയത്തിന്റെ യാത്രയായിരുന്നു ഈ അനുഗൃഹീതനടിയുടേത്. ഒരു നാടകം ഉദ്ഘാടനം ചെയ്യാനെത്തിയ മൊയ്തു പടിയത്ത് ഉദ്ഘാടനം കഴിഞ്ഞ് അതിലെ ഒരു സീൻ കണ്ടു പോകുമെന്നു പറഞ്ഞതാണ്. പക്ഷേ മുഴുവനും കണ്ടിരുന്നു. ആ ഓർമ്മവച്ചാവണം പിന്നീടൊരവസരത്തിൽ അദ്ദേഹം അവരെ സിനിമയിൽ ക്ഷണിക്കുകയായിരുന്നു. മൊയ്തു പടിയത്തിനെക്കുറിച്ച് അവർ കരുതിയതു തടിച്ചു കരുത്തനായ ഒരാൾ എന്നായിരുന്നു.

മെല്ലിച്ച ആ മനുഷ്യനെക്കണ്ടപ്പോൾ ചെറിയ കാര്യങ്ങൾക്കുപോലും ചിരിവരുന്ന ഫിലോമിന ചിരിച്ചുകൊണ്ടുതന്നെ അക്കാര്യം തുറന്നു പറഞ്ഞു. അപ്പോൾ പടിയത്തിനും വന്നു ചിരി.

കുട്ടിക്കുപ്പായത്തിൽ ആളുകൾ ശപിക്കുന്ന ആ വേഷത്തിലായിരുന്നു തുടക്കം. പ്രേംനസീറിന്റെ ഉമ്മയായ ഭയങ്കര പണക്കാരിയുടെ റോൾ. മലയാളികളുള്ളിടത്തെല്ലാം പരക്കുകയായിരുന്നു ഫിലോമിനയുടെ പേര്. കുട്ടിക്കുപ്പായം 250-ലേറെ ദിവസം ഓടി.

ജീവനുള്ള വേഷങ്ങൾ

ഫിലോമിന അഭിനയിച്ച പടങ്ങൾ കണ്ടാൽ അതിലെ മറ്റു ചില കഥാപാത്രങ്ങളെ മറന്നാലും അവർ നമ്മുടെ മനസ്സിൽ നില്ക്കുന്നു.

തലയിണമന്ത്രം ഓർക്കുമ്പോൾ ഉർവശിയെക്കാൾ മുമ്പിൽ നമ്മുടെ മനസ്സിലെത്തുന്നതു ഫിലോമിനയല്ലേ? കനഡയിൽ നിന്നു വരുന്ന സ്ത്രീധനത്തിലെ അപ്റ്റുഡേറ്റായ തള്ളപോലും എത്ര ക്ലിക്കു ചെയ്തു!

യജമാനന്റെ കുട്ടി കരയുമ്പോൾ ഉറക്കം വരാത്ത, മിക്സിയില്ലാതെ അരയ്ക്കാൻ വയ്യാത്ത, വീട്ടുകാരിയെക്കാൾ സൗകര്യങ്ങളാഗ്രഹിക്കുന്ന കുടുംബപുരാണത്തിലെ വേലക്കാരി; പല്ലിന്റെ മേലെ നാലു പല്ലുകൾ വച്ച്-കാണുന്നവർക്ക് ആളെ തിരിച്ചറിയാനാവാത്തവിധം നമ്മെ അമ്പരിപ്പിക്കുന്ന ചാട്ടയിലെ പാതാളവരണ്ടി;

ഗോഡ്ഫാദറിലെ വിറപ്പിക്കുന്ന ആനപ്പാറ അച്ചാമ്മ....അങ്ങനെ എത്രയെത്ര വേഷങ്ങൾ.

മറ്റൊരു പ്രത്യേകതകൂടിയുണ്ടല്ലോ, ഇവർക്ക്. ദുഷ്ട കഥാപാത്ര ങ്ങൾ നമ്മിൽ വെറുപ്പാണുളവാക്കേണ്ടതെങ്കിൽ ഇവർ ചിരിയുണർത്തു ന്നു.

ചിരിക്കുവേണ്ട കൈയിലിരുപ്പ്

ഈ ചിരിയുടെ രഹസ്യം എന്താണ്?

“ഞാൻ കോമഡി പഠിച്ചതു ഡോക്ടർ ബാലകൃഷ്ണന്റെ ലേഡീസ് ഹോസ്റ്റൽ, കോളേജ് ഗേൾ എന്നീ പടങ്ങൾ തൊട്ടാണ്. പക്ഷേ കോമഡി എന്താണെന്നു ശരിക്കു മനസ്സിലാക്കിത്തന്നതു സത്യൻ അന്തിക്കാടായിരുന്നു. ‘മണ്ടന്മാർ ലണ്ടനിൽ’ എന്ന ചിത്രം മുതൽ....”

പടങ്ങൾ ചെയ്യുമ്പോൾ കഥാപാത്രങ്ങൾ എന്തെന്നു മനസിലാ ക്കാൻ പറ്റാറില്ലെന്നു ഫിലോമിന പറഞ്ഞു. അതിനാൽ പാത്രാവത രണം മുൻകൂട്ടി കാണുന്ന പതിവേയില്ല. നാടകാഭിനയം ശീലമുള്ള തുകൊണ്ടു കിട്ടുന്ന വേഷങ്ങളുമായങ്ങിണങ്ങുകയാണ്. അഭിനയി ച്ചുവരുമ്പോൾ ദൈവാനുഗ്രഹംകൊണ്ടു വിജയിക്കുന്നു.

“സ്വന്തമായി നമ്പർ ഇടാറുണ്ടോ?”

“ഉണ്ട്. സീനിനു കൊഴുപ്പുകൂട്ടാൻ ചേച്ചിയുടെ കൈയിൽ നിന്നു വല്ലതും ഇട്” എന്നു ഭരതനും സത്യനും കമലും സിബിയും അനിൽബാബുവുമൊക്കെ പറയും. അവരൊക്കെ എനിക്കു സ്വാതന്ത്ര്യമുള്ള പിള്ളേരാണ്.ചിലപ്പോൾ ഞാനങ്ങോട്ടു പറയും. ചേച്ചി ഒരു സാധനം ഒപ്പിക്കാൻ പോകുന്നുണ്ട്. ഇവരോടു പറയേണ്ട. ‘യെസ് ചേച്ചി’ - അവർ പറയും.

‘ചേച്ചി കാച്ച്’, ‘ചേച്ചി ചെത്ത്’ എന്നൊക്കെ ഹരം പിടിപ്പിക്കു കയും ചെയ്യും. പലപ്പോഴും ടേക്കിൽ കൂടെ അഭിനയിപ്പിക്കുന്നവരെ അമ്പരപ്പിച്ചുകൊണ്ടു സ്വന്തമായി ഫിനിഷിംഗ് ഇടും. ഒരു തറ ഡയ ലോഗാണെന്നു കരുതു. അടിച്ചു നിന്റെ ഷേപ്പ് ഞാൻ മാറ്റും എന്ന് ഡയലോഗിന്റെ ഒടുവിൽ കൊണ്ടിട്ടാവും ഫിനിഷിംഗ് നടത്തുക.

വേണ്ടി വന്നാൽ മൂളിപ്പാട്ടും

കുടുംബപുരാണത്തിൽ കുട്ടിയെ ഉറക്കാൻ മൂളുന്ന താരാട്ട് സ്വന്തം നമ്പരായിരുന്നു. സത്യൻ ചോദിച്ചു: “എങ്ങനെ ചേച്ചി ഈ പാട്ടു കിട്ടിയത്?”

ഏറെ പ്രയാസപ്പെട്ടു ചെയ്ത വേഷമാണ് ഉപ്പുകണ്ടം ബ്രദേഴ്സിലെ സ്ഥാനാർത്ഥിയുടേത്. സ്വപ്നം കണ്ടു നിലത്തുവീഴുന്ന സീൻ മൂന്നു തവണ റിഹേഴ്സലെടുത്തു. തലയൊക്കെ ഇടിച്ചു വല്ലാതെ വേദനയായി. കൂടെ അഭിനയിക്കുന്നതു ജഗതികൂടിയായതിനാൽ സംഭവം വളരെ ക്ലിക്കു ചെയ്തു. വീണ്ടും വീണ്ടും റിഹേഴ്സലെടുക്കാൻ നിർബന്ധിച്ചതു ജഗതികൂടിയാണ്.

"പിന്നെ പഞ്ചായത്തു മെമ്പറായും കിണറ് ഉദ്ഘാടനം ചെയ്തുമൊക്കെ എനിക്ക് എന്തു പരിചയമാണുള്ളത്? ആ വെടി പൊട്ടുന്ന സീനിൽ ഞാൻ ശരിക്കും ഞെട്ടിപ്പോയി. രണ്ടു ചെവിയും കൊട്ടിയടയ്ക്കുകയായിരുന്നു."

ഈ പടത്തിൽ ക്യാപ്റ്റൻ രാജുവിനോടും ജഗതിയോടുമൊക്കെ ഒപ്പമുള്ള മദ്യപാനസീനിൽ സ്വന്തമായി ഒരു കാച്ചുണ്ട്. ആരാടാ കുടിച്ചത് എന്നു ചോദ്യം. നിന്റപ്പനാ കുടിച്ചത് എന്നതു കാച്ച്.

ഈ വയസ്സുകാലത്തും ഞാൻ ഓടിച്ചാടി നടക്കുകയാണ്. മിനിയാന്ന് ആലുവായിൽ.. ഇന്നലെ പാലക്കാട്ട്. ഇന്ന് കോഴിക്കോട്. നാളെ ആലുവായിലേക്ക്.

ഭാഗ്യവശാൽ ഓർമ്മശക്തിക്കൊന്നും വലിയ കുറവ് വന്നിട്ടില്ല ഇത്രയൊക്കെ ഓർമ്മിച്ചില്ലേ മോനേ? കുറച്ചു കഷ്ടപ്പെട്ടാലും വേണ്ടില്ല. ഒരു കലാകാരിയായി അഭിനയരംഗത്തുവച്ചു മരിക്കണമെന്നാണു മോഹം. സൗന്ദര്യമൊന്നും ഇന്നെനിക്കില്ലെങ്കിലും പ്രേക്ഷകർ എന്നെ സ്നേഹിക്കുന്നു. കൈയടി നല്കുന്നു. ദിവസവും ഞാൻ ദൈവത്തോടു പ്രാർത്ഥിക്കുകയാണ്-എന്നെ ഇഷ്ടപ്പെടുന്നവരെ തൃപ്തിപ്പെടുത്തിക്കൊണ്ടുതന്നെ മരിക്കാൻ കഴിയണേ എന്ന്! ■

2006 ജനുവരി രണ്ടിന് ഫിലോമിന അന്തരിച്ചു